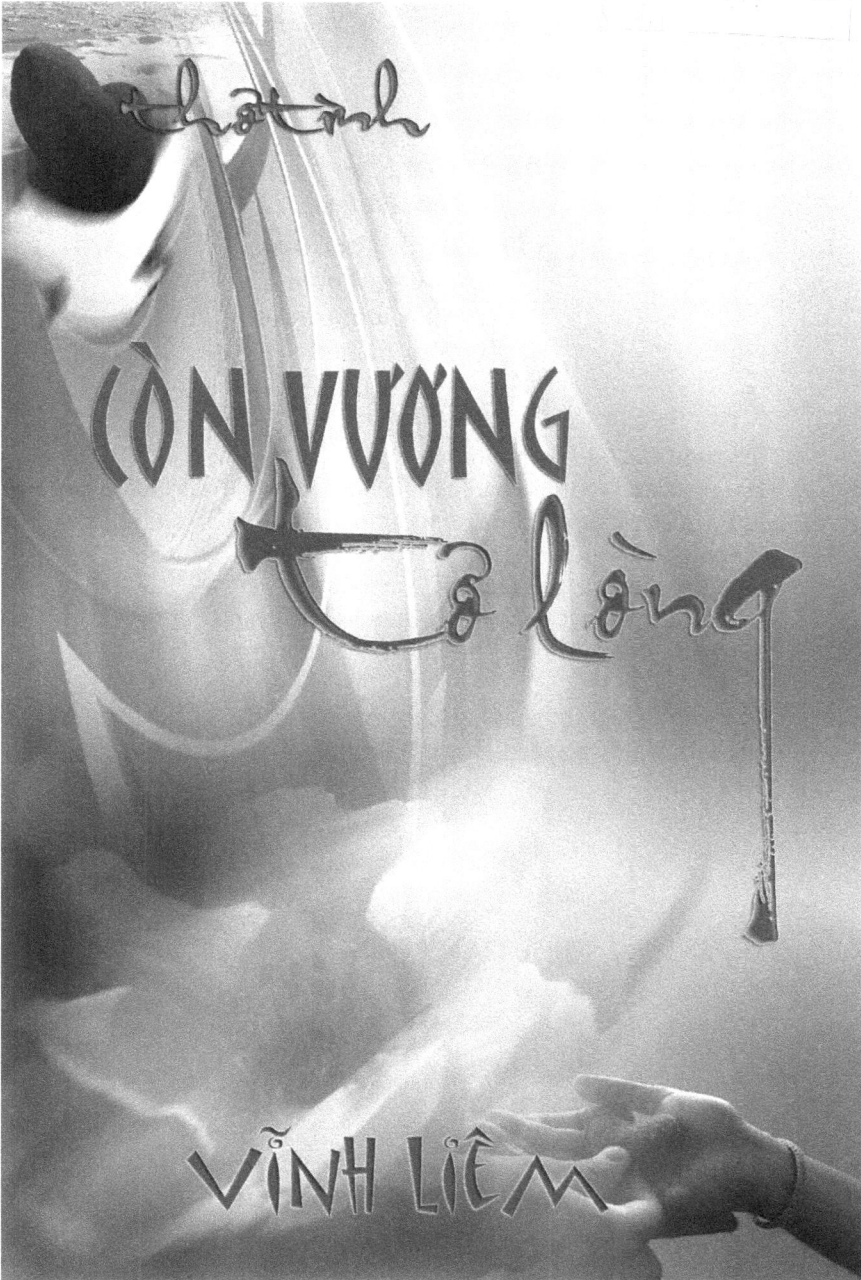

thơ tình

CÒN VƯƠNG TƠ LÒNG

VĨNH LIÊM

Còn Vương Tơ Lòng
Thơ Tình
Ties of Affection
The Loving Poem
Poetry in Vietnamese
By **Vinh Liem**

Copyright © 2009 by Vinh Liem
All rights reserved. No part of this book may be reproduced, in any form or by any means, without permission in writing from the publisher.
Printed in the United States of America.
Cover illustration & Book designed by Thi Hạnh.
Printing History: March 2009. First Edition.

Library of Congress Catalog Card Number:
International Standard Book Number: 978-0-578-01296-4

$15.95 USA / $20.50 CAN

Còn Vương Tơ Lòng

MỤC LỤC

PHẦN I: THUYỀN TÌNH

PHẦN II: TÌNH XA XỨ

PHẦN III: CÒN VƯƠNG TƠ LÒNG

PHỤ BẢN NHẠC

About The Author

Vinh Liem

Vinh Liem was born in South Vietnam in 1944. He joined the Vietnamese Navy in 1964. After the fall of South Vietnam, he fled his country and eventually resettled in the United States in September 1975.

Vinh Liem has been a poet, writer, and journalist since 1964 and between 1980 and 1986, he published four books of poems and short stories in the United States. His latest publications had been published by Lulu.com: 'Without Beginning Without End' (Poetry in English, April 2008), 'Lament of The Boat People' (Poetry & Essays in English and Vietnamese, April 2008), and 'Two Faces Of Life' (Essays, November 2008).

Vinh Liem's poems have also been published by several respected organizations and magazines, including The Vietnam Forum ('Winter-Spring' 1983, Yale University); the Vietnamese Pen Club Overseas ('War and Exile' 1987); The National Library of Poetry in Owings Mills, Maryland ('A Break In The Clouds' 1993, 'At Day's End' 1994, and 'Divining Beauty' 2001). British publishers, Noble House, published the 'Theatre of the Mind' in 2003. One poem ('Enemy') was recorded in 'The Sound of Poetry,' released both on compact disk and cassette tape in Fall 2001, by The International Library of Poetry.

Since the fall of South Vietnam in 1975, Vinh Liem has contributed to many Vietnamese newspapers and magazines in the United States, as well as publications in Canada, Europe, Asia, and Australia.

From 1979 to 1981, Vinh Liem was the managing editor of Hanh Trinh magazine and the Hanh Dong newspaper in Washington, D.C. He has also been the editor-in-chief of The Vietnam Times / Việt-Nam Thời-Báo (Washington, D.C.) from 1984 to 1985, and the Sao Trang magazine (Miami, FL) from 1992 to 1994.

Tiểu Sử Tác giả

Vĩnh Liêm sinh năm Giáp Thân (1944) tại Vĩnh Long. Anh khởi viết năm 1964 trên Tiểu Thuyết Thứ Năm; đồng thời cộng tác với một số nhật báo, tuần báo và tạp chí văn nghệ tại Sài Gòn và Miền Tây, như: Tia Sáng, Tin Sáng, Đại Dân Tộc, Bút Thép, Con Ong, Văn Nghệ Tiền Phong, Chiến Sĩ Cộng Hòa, Lướt Sóng, Lam Sơn, Tham Dự, Vượt Thoát, v.v... Vĩnh Liêm nguyên là hội viên Hội Văn Nghệ Sĩ Quân Đội từ năm 1966; có thơ đăng trong tuyển tập thơ Đầu Gió do Cục Tâm Lý Chiến xuất bản năm 1972.

Thời gian ở trong nước, Vĩnh Liêm đã sáng tác trên 9 tác phẩm, gồm: thơ, truyện ngắn và truyện dài. Các sáng tác phẩm nầy chưa kịp in, đã bỏ lại tại đơn vị nên bị chính quyền mới thiêu hủy sau 30.4.1975.

Tại hải ngoại, trong lãnh vực báo chí, Vĩnh Liêm đã giữ các chức vụ, như: Tổng Thư Ký tạp chí Hành Trình (Washington, D.C. 1979-1980), TTK nguyệt báo Hành Động (Washington, D.C. 1980-1981), Chủ Nhiệm kiêm Chủ Bút nguyệt báo Việt Nam Thời Báo / The Vietnam Times (Washington, D.C. 1984-1985), Chủ Bút đặc san Sao Trắng (Miami, FL 1992-1994).

Ngoài việc làm báo, Vĩnh Liêm cũng đã cộng tác với hầu hết các nhật báo, tuần báo, tạp chí, đặc san... ở Hoa Kỳ, Gia Nã Đại, Âu châu, Á châu và Úc châu; có thể kể đến: Văn Học Nghệ Thuật, Phụ Nữ Việt Nam, Văn Nghệ Tiền Phong, Người Việt, Lửa Việt, Nhân Chứng, Việt Chiến, Tiểu Thuyết Nguyệt San, Dân Quyền, Độc Lập, Ngày Về, Việt Nam Tự Do, Việt Nam Hải Ngoại, Cách Mạng Dân Tộc, v.v...

Về lãnh vực Thơ (Anh ngữ), Vĩnh Liêm đã có thơ in trong các tuyển tập, như: The Vietnam Forum ('Winter-Spring' 1983, Yale University), The Vietnamese Pen Club Overseas ('War and Exile' 1987), The National Library of Poetry, Owings Mills, Maryland ('A Break In The Clouds' 1993, 'At Day's End' 1994, và 'Divining Beauty' 2001). Nhà xuất bản Noble House ở Anh Quốc đã in thơ trong tuyển tập 'Theatre of the Mind' năm 2003. Đặc biệt, bài thơ 'Enemy' đã được thu vào compact disk (CD) và băng cassette năm 2001 do The International Library of Poetry thực hiện.

Các tác phẩm của Vĩnh Liêm đã xuất bản tại hải ngoại:

° Tị Nạn Trường Ca, tập I, thơ, Tủ sách Con Rồng 1930.
° Bi Ca Người Vượt Biển, thơ, Tủ sách Con Rồng 1980.
° Tị Nạn Trường Ca, tập II, thơ, Độc Lập 1982.
° Gã Tị Nạn, tập truyện, Tủ sách Con Rồng 1986.
° Without Beginning Without End, poetry, English, Lulu.com 4/2008.
° Lament Of The Boat People/Bi Ca Người Vượt Biển, poetry & essays, English & Vietnamese, Lulu.com 4/2008.
° Two Faces Of Life, essays, English, Lulu.com 11/2008.

Books published in the United States:

1. Tị Nạn Trường Ca, Tập I (The Refugee's Lasting Chantey) Book of poems, Vol. I, written in Vietnamese, published in 1980.
2. Bi Ca Người Vượt Biển (Lament of The Boat People) – Book of poems, written in Vietnamese, published in 1980
3. Tị Nạn Trường Ca, Tập II (The Refugee's Lasting Chantey) Book of poems, Vol. II, written in Vietnamese, published in 1982.
4. Gã Tị Nạn (The Refugee Guy) – A collection of short stories, written in Vietnamese, published in 1986.
5. Without Beginning Without End – Poetry, English, Lulu.com 2008
6. Lament of The Boat People – Poetry & Essays, English & Vietnamese, Lulu.com 2008
7. Two Faces Of Life – Essays, English, Lulu.com 2008

Community and Organization Activities:

1999 – 2002	Acting Chairman of Association of Free Vietnamese Writers and Artists
1995 – 2001	Coordinator of Democracy for a Free Vietnam
1995	Coordinator, April 30th Commemoration Committee
1994 – 1995	Coordinator of Committee for Defending the National Cause
1993 – 1999	Chairman of Association of Free Vietnamese Writers and Artists
1993 – 1995	Member of The Standing Committee, The Vietnamese American Community of Washington DC, Maryland & Virginia
1992 – 1995	President of Vietnamese ISAW Committee
1989 – 1995	Founder and President of the Vietnamese Overseas Experts and Youth Association
1981 – 2001	Founder and President of Viet Club, Inc.
1980 – 1993	Member of Vietnamese Pen Club Overseas
1980 – 1990	Member of Young Republican, Maryland
1980 – 1986	Vice President of the Vietnamese Communities Overseas

1976 – 1979   Co-Founder and General Secretary of the Vietnamese
               Community at St. Louis, Missouri.

Email: vinhliem9@aol.com
Home Page: http://vinhliem.tripod.com
Address: 1 Applegrath Court, Germantown, MD 20876-5613
         (U.S.A.)

Preface

Each period of an existence is naturally bound together with its history and era. Therefore, the Love has to change along with its human's conception and organs of sense. Over a quarter of a century, since April 30, 1975, love and humans have changed. But, one thing has never changed – the Loving Poem.

A loving poem can be written in any form, any language, or any era; it is still a loving poem forever. According to Padyamu, Love becomes fond of Poetry [1]. If there is no Love, it's a dead certainty that there is no Loving Poem. The author hopes that his readers will welcome this book of poems – "Ties of Affection" (Còn Vương Tơ Lòng) – and call it the loving poem as its true and accurate meaning of the Love.

In brief, a poet's impression on Love depends upon his medium, period, and space that he lives in. There is no distinct limit. For the reader to study with ease, each part of this book was arranged by the period of the author's impression; it is not in order by the subject matter of each poem.

Thanks to my objects who stir up my boundless and lasting impressions. If there were no such objects, all of these poems never exist in this world.

The author welcomes your suggestions or comments.

(Germantown, October 3, 2002)

Vinh Liem

---

[1]   Padyamu – a fictitious figure in Tran Mong Tu's short story.

Lời Nói Đầu

Tựa đề cho tập thơ nầy đã được khai sinh từ năm 1996 nhưng tôi chưa vội viết "lời nói đầu" vì nghĩ rằng hãy còn quá sớm. Thông thường thì "lời nói đầu" được viết vào phút chót, trước khi đưa sách đi in. Thôi thì cứ tà tà vì chưa biết ngày nào mới đưa tập thơ này đi in.

Trong nhà có khá nhiều sách báo và tạp chí nhưng tôi không có đủ thời giờ để lướt mắt qua. Khi nào rỗi rãi lắm mới đọc xong được một cái truyện ngắn, mà cái truyện ngắn đó phải thật hay mới bắt tôi đọc cho nốt cái truyện. Tạp chí Cỏ Thơm nằm trong tủ sách đã lâu, có hơn 2 năm, mà nay tôi mới có dịp dở ra xem. Trong đó có cái truyện ngắn của Trần Mộng Tú – "Pydyamu".[2] Tựa truyện nghe rất lạ, có vẻ huyền bí, bắt tôi phải ghé mắt tới. Vì vậy mới có 'lời nói đầu' ngày hôm nay.

***

Tác giả cùng đứa cháu đi vào một tiệm sách. Tại đây, nàng gặp một người đàn ông có vóc dáng Ấn Độ, tự xưng là Padyamu. Ông này có vẻ khác thường, "thuộc thơ của các tác giả thế kỷ 12, 13, cho đến những tác giả hiện đại" và "thuộc cả thơ Lý Thương Ẩn đời Đường" cũng như "Tản Đà của Việt Nam".

Tôi thích nhất các mẩu "độc thoại" của Padyamu. Những mẩu độc thoại nầy chính là những tâm tình, cảm xúc, bày tỏ... của chính tác giả gửi đến người đọc, nhất là đối với những người đã, đang, và sẽ làm thơ. Padyamu nói với tác giả Trần Mộng Tú: *"Cô cứ làm thơ đi, đừng bao giờ hết làm thơ. Thơ là tinh hoa của ngôn ngữ, càng viết nhiều, càng viết lâu, càng hay."* Vâng, người làm thơ thừa biết điều ấy nhưng ngại nói ra, hoặc là sẽ không bao giờ nói đến. Ông nói tiếp: *"Thơ như một viên ngọc, càng già càng lên nước."* Điều nầy cũng đúng nốt.

Padyamu xác quyết: *"Thi sĩ không phải là diễn viên sân khấu, không phải là ca sĩ mà sợ thời gian làm tàn úa nhan sắc, làm mất đi làn hơi ngọt ngào."* Thật vậy, người làm thơ chỉ biết có mỗi hai việc là mài giũa ngòi bút của mình và giữ tim mình rung động cho

---

[2] Trần Mộng Tú, *"Padyamu"*, Tạp chí Cỏ Thơm (Số 2, Mùa Hè 1996): trang 43-48.

thật nhịp nhàng cùng lúc với chữ nghĩa tuôn trào ra khỏi buồng tim.

Khi nhận xét về sự hiện hữu vĩnh cửu của thi sĩ với thời gian và cả không gian, Padyamu nói: *"Tất cả mọi sự vật đều tan biến, mục nát theo thời gian, nhưng văn chương sẽ tồn tại vĩnh viễn. Con người khôn ngoan lắm, họ gìn giữ văn chương hơn báu vật, vì ở đó họ gạn lọc, học hỏi được những giá trị riêng của nó mà không có một viên ngọc nào sánh được. Cô thử so sánh một bài thơ hay và một viên kim cương xem. Viên kim cương có thể làm cho người ta động lòng ham muốn, nhưng một bài Thơ hay, đọc lên, nó làm cho người ta rung động đến tận cùng tế bào và sự rung động đó mạnh đến nỗi diệt hết được cả những ham muốn khác, như vậy cô thấy cái nào giá trị hơn?"* Cái giá trị của văn chương, nói chung, và thi ca nói riêng, là ở chỗ ấy – hằng cửu và vĩnh cửu.

Padyamu là người từng trải, kinh qua bao nhiêu thế kỷ, lăn lóc gió sương với tất cả mọi ngôn ngữ, mọi chủng tộc, cho nên những điều mà Padyamu nhận xét về thi sĩ thì không sai một li nào. Ông cảm thông với thi sĩ: *"Làm thơ, yêu thơ cô đơn lắm, điểm tựa không phải là chung quanh. Người chung quanh họ bận sống cuộc đời thực. Mình làm thơ là mình sống cuộc đời người chung quanh không cho là thực, mình sống một mình một cõi. Thi sĩ giống như một căn lều mọc lên giữa cánh đồng, bốn phía là gió, trên đầu là trăng sao, không có điểm tựa. Nhưng làm thơ có cái hạnh phúc riêng, làm xong một bài thơ, đọc lên, nghe một mình mà tưởng như đang nói chuyện với một người thân thiết lắm, thân hơn cả một người bạn, thân hơn cả một người tình. Nếu được may mắn khi vừa làm xong một bài thơ ưng ý, đọc cho một người yêu thơ, cùng một trình độ thưởng thức với mình thì không còn điều gì đáng qúi hơn nữa. Giá trị của đời sống lúc đó chỉ là một Bài Thơ, không có một thứ giá trị vật chất nào có thể thay thế được."* Nếu bạn là người đã từng làm thơ, tôi nghĩ rằng bạn sẽ hoàn toàn đồng ý với Padyamu.

Tình Yêu và Thơ Tình khắng khít với nhau như hình với bóng. Hay nói cách khác, Thơ Tình là cái bóng của Tình Yêu. Padyamu còn bước xa hơn, với lời dặn dò rất lý thú: *"Có, có một thứ giá trị nữa, ngang với văn chương, đó là Tình Yêu. Đừng bao giờ để mất đi hai thứ này. Trái tim cô còn đập cô hãy yêu, hãy tiếp tục làm thơ tình"*. Vâng, đúng thế. Đừng bao giờ để mất Tình Yêu; và cũng đừng bao giờ tẻ nhạt với Thơ Tình vì Thơ Tình là nhịp đập của con tim.

Sau khi trái tim đã ngừng đập rồi thì thi sĩ sẽ làm gì? Lời nhận định sau đây của Padyamu có vẻ trừu tượng nhưng lại là một an ủi lớn cho thi sĩ. Ông nói: *"Có một đôi khi trái tim đã hết đập mà vẫn còn muốn được làm thơ, vẫn còn muốn được yêu, vẫn để hồn đi lang thang trong thư viện, trong hiệu sách, đó là trái tim của thi sĩ. Thi sĩ sau khi chết đi linh hồn họ đã biến thành những bài thơ, thiên đàng của thi sĩ là thư viện, là hiệu sách. Cô và tôi, chúng ta đều là Padyamu hết, chúng ta là Thơ."*

Ở đoạn kết, tác giả cho biết Padyamu chính là Jelaluddin Rumi (1207-1273), thi sĩ Ấn Độ, tác giả cuốn Divan-i Shamis Tabriz. Padyamu là một sự thức tỉnh, là một niềm thúc giục, là một sự nhắc nhở, là một điều gợi ý. Và cũng chính Padyamu đã hiện hữu trong tập thơ nầy – *Còn Vương Tơ Lòng* – bằng cá thể xúc động một cách mãnh liệt. Nếu Padyamu đã bỏ đi thì chắc chắn tập thơ nầy không thể nào có dịp tới tay giới yêu thơ.

Nói một cách khác, *Còn Vương Tơ Lòng*, theo nhận định của Padyamu, là kết quả của những nhịp đập thổn thức của con tim, hay là đối tượng chính của Padyamu.

***

Tập thơ nầy được chia ra làm ba phần: Phần I: Thuyền Tình, Phần II: Tình Xa Xứ, và Phần III: Còn Vương Tơ Lòng. Tất cả những bài thơ trong tập thơ nầy được tuyển chọn từ các thi tập đã được xuất bản cũng như chưa xuất bản ở hải ngoại, từ 1975 trở về sau. Tất cả những bài thơ tình làm trước 30-4-1975 đều đã bị nằm trong đống tro tàn nơi cố quốc nên không có cơ hội xuất hiện trong tập thơ nầy.

Gần đây, tôi lục trong chiếc rương cũ bắt gặp một tập thơ của mình, thật mỏng, in bằng "ronéo" năm 1973, vỏn vẹn có 15 bài thơ với bìa của Lê Triều Điển và một phụ bản của Vũ Thái Hòa. Tập thơ in lem nhem xấu xí nên tôi không dám tặng ai và bỏ quên luôn. Không ngờ thân nhân bên nhà còn giữ được và gửi qua đây. Còn tất cả các bản thảo chính, mà tôi hằng ấp ủ đưa đi in, đều đã trở thành tro bụi. Không còn một chứng tích nào để lại, và chính tôi cũng không thuộc hay nhớ bất cứ bài thơ nào của mình nên không ghi lại được một bài thơ nào làm trước ngày 30-4-1975, ngoại trừ tập thơ mỏng nói trên.

Các bài thơ trong tập thơ mỏng ấy đã trở thành một kỷ niệm thân thương, một giai đoạn nghiệt ngã, một quá khứ xanh xao – như chính định mệnh của tập thơ ấy. Để nhớ lại một kỷ niệm thân thương ấy, tôi xin ghi lại nơi đây một vài hình ảnh cùng tâm tình của một thời quá khứ xanh xao và nghiệt ngã.

Quan niệm về Ngôn Ngữ của Thơ, tôi đã viết trong bài thơ "*Ngôn Ngữ Đau*" như sau:

Ta giang hồ vặt tìm Ngôn Ngữ
Kết bạn tình thơ trả nợ đời
Ngôi rừng Ngôn Ngữ còn xa tít
Mỏi bước chân trần muốn hụt hơi.

Mười năm líu lưỡi vì Ngôn Ngữ
Vắt cạn nguồn thơ chẳng thấy lời
Như con cò trắng bên hồ cá
Chọn một trong ngàn con cá tươi.

Thơ là nho chín trên cành sống
Hứng giọt sương đêm mát miệng người
Âm thầm tiếng gió trong cành lá
Ngôn Ngữ theo dòng nước cuốn xuôi.

Lắng nghe tim vỡ từng gân máu
Hơi thở hao mòn như suối khô
Chạy theo tiếng hạc đêm thanh vắng
Bắt gặp đôi lời Ngôn Ngữ thô.

Lật pho sách mốc từ thiên cổ
Cười mỉm, xem đời như hạt tiêu
Thi nhân hồ dễ đời như mộng
Ngôn Ngữ chôn vùi mộng Quát, Siêu!

Bắt tay Bùi Giáng, Cung Trầm Tưởng
Tri kỷ – ta hề chưa biết nhau
Cõi đời ô trọc, ai không chết?
Ngôn Ngữ eo sèo – Ngôn Ngữ đau.

(Bình Thủy, 13.12.1973)

Quan niệm về tình yêu và cuộc đời, hẳn nhiên là trong giai đoạn chiến tranh, tôi đã đặt bút viết trong bài thơ "*Ô Cửa Cuộc Đời*" như sau:

Đêm nằm nghĩ tới nhiều ô cửa
Mỗi một ô vuông, một mẩu đời

Vàng xanh trắng đỏ hồng đen tím
Tô điểm cho đời thêm thắm tươi.

Mỗi ô cửa chiếu cung Thiên Mệnh
Sự nghiệp vơi đầy do Hóa Công
Bàn tay Tạo Hóa không đều đặn
Đừng trách chi Người sao bất công.

Mắt xanh nàng tặng tôi ô cửa
Màu trắng pha thêm một chút hồng
Tôi quen lăn lóc đời sương gió
Nên trả lại nàng những ước mong.

Ô vuông tôi trót mang màu tím
Hạnh phúc không vào nơi tối tăm
Ngỡ ngàng, nàng đứng ngoài than thở
Tình lỡ chôn vùi mộng chiếu chăn.

Bàn tay năm ngón còn chênh lệch
Đời cũng không chiều những ước mơ
Nàng đành chôn chặt tình đơn lẻ
Giấc mộng phù sinh chẳng bến bờ.

Nhạc lòng văng vẳng cung ai oán
Nhắn nhủ đôi lời với mỹ nhân
Ông Tơ Bà Nguyệt xe duyên khác
Trả lại cho đời bóng cố nhân.

(Bình Thủy, 21.12.1973)

Mỗi một giai đoạn của cuộc đời, lẽ dĩ nhiên nó gắn liền với lịch sử và thời đại. Vì lẽ đó mà tình yêu cũng phải thay đổi cùng với quan niệm và cảm quan của con người. Hơn một phần tư thế kỷ, tính từ cái mốc lịch sử 30.4.1975, tình yêu và con người cũng phải thay đổi. Nhưng có một điều không thể thay đổi được, đó là Thơ Tình.

Dù bài thơ viết dưới dạng thức nào, ngôn ngữ nào, hay thời đại nào thì Thơ Tình vẫn mãi mãi là Thơ Tình. Nói theo Padyamu, Tình yêu gắn liền với Thơ. Nếu không có Tình Yêu thì chắc chắn không có Thơ Tình. Tác giả hy vọng thi tập "Còn Vương Tơ Lòng" sẽ được độc giả đón nhận và gọi nó là Thơ Tình theo đúng nghĩa của Tình Yêu.

Nói tóm lại, sự cảm xúc của thi nhân về Tình Yêu còn tùy thuộc ở môi trường, thời gian và không gian mà tác giả đang sống, và càng không có một sự hạn định nào rõ rệt.

Mỗi phần của thi tập "*Còn Vương Tơ Lòng*" được sắp xếp theo từng giai đoạn của cảm xúc, chứ không theo thứ tự nội dung của các bài thơ, để độc giả dễ dàng tra cứu.

Tác giả hân hạnh đón nhận mọi ý kiến xây dựng của độc giả để lần tái bản sau, nếu có dịp, thi tập "*Còn Vương Tơ Lòng*" sẽ được hoàn hảo hơn.

***

Tác giả chân thành cảm tạ các "đối tượng" đã gợi hứng và cho thi nhân những niềm xúc cảm vô biên và trường cửu. Nếu không có các đối tượng này, chắc chắn những bài thơ tình này chẳng bao giờ hiện hữu ở cõi đời này.

Kế đến, tác giả chân thành cám ơn quý độc giả ở hải ngoại đã dành cảm tình cho tác giả trong suốt 27 năm qua trên báo chí cũng như qua các thi tập đã xuất bản trong thập niên 80.

Sau cùng, tác giả chân thành cám ơn quý nhạc sĩ đã cảm hứng phổ nhạc các bài thơ tình thân thương làm thành những món quà trân quý trong cuộc đời làm thơ của tác giả. Tác giả xin được ghi ơn các nhạc sĩ tài danh đã cho chúng ta những dòng nhạc tuyệt vời, được phổ biến trong thi tập này, gồm có: Châu Đình An, Vũ Thái Hòa, Trần Lãng Minh, Vân Khanh, Linh Phương và Nguyễn Tuấn.

Đức Phổ, ngày 3 tháng 10 năm 2002.

Vĩnh Liêm

PHẦN I: THUYỀN TÌNH

♥ Thuyền Tình ♥ Gửi Người Trong Mộng ♥ Cửa Đời Rộng Mở ♥ Đời Như Bến Sông ♥ Giã Từ Cô Độc ♥ Một Tuần Thương Nhớ ♥ Chợt Thấy Đời Trẻ Lại ♥ Một Đêm ♥ Nhớ ♥ Tỏ Tình ♥ Đỗ Bến ♥ Mời Em Bước Xuống Thuyền Tình ♥ Tiễn Em Ở Lại ♥ Xin Em Một Nụ Cười ♥ Điếu Thuốc Trên Môi Người Phiêu Bạt ♥

Nguồn: Tienghatquehuong.net – Đàn Tỳ Bà

Thuyền Tình

(Tặng Thu-Hồ)

Chắc kiếp trước đôi ta cùng ước hẹn?
Nên bây giờ ta mới được gần nhau.
Tình đã thắm, em ơi đừng e thẹn!
Mối tình đầu hay cuối cũng như nhau.

Cơn sóng gió đã qua, thuyền vững lái,
Biển bao la và tình rộng mênh mông,
Mình sẽ đến bến bờ đầy hạnh phúc,
Đàn con xinh và những nụ cười hồng.

Đời đã trót xui anh làm thủy thủ,
Lái thuyền tình trong những chuyến cam go.
Lênh đênh mãi cùng mây trời sóng nước,
Mặc đời quên anh sống kiếp giang hồ.

Em là bến buộc thuyền anh dừng lại,
Suối tóc em che bóng mát cuộc đời.
Tay hạnh phúc xóa tan niềm gian khổ,
Nước hồ thu làm dịu ngọt tình người.

Đôi mắt đẹp từ nay thay sóng cả,
Anh sẽ mềm như những lúc cơn say.
Ôi diễm tuyệt! Một đời neo bến lạ,
Thuyền tình anh vừa thoát kiếp lưu đày.

(Suối Bạc, ngày 15 tháng 10 năm 1980)

Gửi Người Trong Mộng

Em có biết lối nào qua Mỹ-Phố?
Chỉ giùm anh kẻo trễ cuộc hành trình.
Nhớ em lắm nhưng anh đang lạc nẻo,
Mới hoàng hôn mà ngỡ đã bình minh!

Tuy xa mặt nhưng lòng anh không cách,
Vì tình yêu như mực thủy triều lên.
Nợ tình ái chưa hẹn ngày giũ sạch,
Mặc ai cười, anh vẫn đợi chờ em!

Ngày vắng vẻ, dặn lòng đừng liên tưởng,
Một nơi nào cũng có một mình ai.
Mưa đã tạnh, nhưng trong lòng chưa tạnh!
Lệ ai nồng thay rượu bốc cơn say!

Trông bức ảnh, em cười nghiêng vũ trụ,
Mái tóc huyền lay động ngát hương xuân.
Màu áo đỏ khiến hoa hồng vỡ nụ,
Anh thu mình trong ánh mắt giai nhân.

Đêm nay ngủ ôm bóng mình tưởng tượng...
Tay gối đầu để nhớ cánh tay em!
Trời chưa tạnh, đắp mền tìm hơi ấm,
Sợ đời mình lại lạnh lẽo nhiều thêm.

(St. Louis, ngày 19 tháng 4 năm 1977)

Cửa Đời Rộng Mở

Chợt có lúc nhìn đời tươi đẹp,
Nở trong tim những nụ cười hồng.
Nghe chim hót chào mừng buổi sáng,
Lòng rộn ràng một chút chờ mong.

Ngoài song cửa bao la vũ trụ,
Bóng người xưa mất hút năm nào.
Nay trở gót tìm nơi trú ngụ,
Lãng quên thời quá khứ tiêu dao.

Cửa rộng mở, xin em đừng ngại,
Vòng tay anh xoa dịu cô đơn.
Em sẽ sống cuộc đời thoải mái,
Hãy vui lên, xóa hết cơn buồn.

Đời tị nạn quen mùi tân khổ,
Cũng lao đao những mối tình nồng,
Bao thay đổi, đời mình vẫn thế,
Cõi đời này có đó rồi không!

Anh còn lại khối tình xa xứ,
Xin trao em làm lễ thành hôn.
Ngày về nước, mẹ cha mừng rỡ,
"Con gái cưng nay đã hết buồn."

(Suối Bạc, ngày 17 tháng 10 năm 1980)

Đời Như Bến Sông

Đời tưởng chừng như những bến sông,
Một con thuyền nhỏ ngược xuôi dòng.
Chiều tan đò lạnh vời trông khách,
Sót lại niềm đau tận đáy lòng.

Bóng tối nhòa theo tiếng gọi đò,
Phải chăng lữ khách của năm xưa?
Về đây hâm lại tình tri kỷ,
Hay đã dừng chân kiếp hải hồ?

Rộn rã niềm vui đẩy mái chèo,
Con thuyền vờn đuổi bóng trăng theo.
Đò xưa ngược nước hờn tay lái,
Giọng hát buồn vang vọng kiếp nghèo.

Lữ khách giơ tay khẽ gọi đò,
Bàng hoàng tự hỏi thực hay mơ?
Người đâu lạc bước nơi thôn vắng?
Không đến thăm ai, cũng hẹn hò.

Khẽ nắm bàn tay dìu xuống thuyền,
Bước chân động vỡ bóng trăng nghiêng.
Thuyền chao hai mảnh đời lưu lạc,
Đêm vắng thu hình hai bóng riêng.

Khách chính là em của kiếp này,
Thuyền anh dang rộng sẵn đôi tay.
Em ơi! Chớ đẩy thuyền xa bến!
Giấc mộng đời anh đang ngất ngây!

(Suối Bạc, ngày 16 tháng 10 năm 1980)

Giã Từ Cô Độc

Em không hẹn mà sao em lại tới?
Trời âm u bỗng hé nở nụ cười.
Cơn lạnh lẽo đầu thu tan rất vội,
Như đông tàn nhường cho ánh xuân tươi.

Anh biết nói gì trong cơn bối rối,
Mắt nhìn nhau, lòng rộn rã vô bờ.
Cũng có lúc đời anh mang tội lỗi,
Lỡ yêu em từ thuở biết làm thơ.

Đừng e ngại! Lời của anh chân thật,
Dấu tích xưa còn hiện rõ trên môi.
Trong ánh mắt, nụ cười anh chưa tắt,
Và tim em chưa thấm mặn vị đời.

Em một cõi đời riêng đầy hoa bướm,
Anh một thời lang bạt lắm gian nan.
Cùng một xứ mà duyên tình không gặp,
Để đời anh gánh bao nỗi phũ phàng.

Xưa lận đận, nay đền bù hạnh phúc,
Gặp nhau rồi, ta không nỡ chia xa.
Tình xa xứ buộc tâm hồn hai đứa,
Kết thành duyên cho tới lúc tuổi già.

Xin từ giã một quãng đời cô độc,
Cám ơn em cùng ánh mắt, bờ môi...
Cho anh những đứa con yêu ngà ngọc,
Những đứa con dòng máu Việt tuyệt vời.

(Suối Bạc, ngày 13 tháng 10 năm 1980)

Một Tuần Thương Nhớ

Một tuần thương nhớ dáng người yêu,
Là cả trời thu ngả bóng chiều.
Thời gian ngừng đọng, không gian lắng,
Hoa lá cũng sầu theo... hắt hiu.

Tôi đi trong bóng tối hoàng hôn,
Gió tạt từng cơn lạnh buốt hồn.
Như có người yêu đang ngóng đợi,
Bên bìa rừng vắng ngắm chiều buông.

Thu ơi! Chớ để lá xa cành,
Kìa nước hồ thu vẫn ngát xanh.
Đời tôi đã trổ màu tê tái,
Màu mắt quê hương thuở chiến tranh.

Tôi nghe trong gió tiếng đùa nhau,
Của cặp tình nhân buổi hẹn đầu.
Tôi có tình yêu đang thắm thiết,
Môi hôn còn thẹn lúc em trao.

Đêm đêm em lại đến thăm tôi,
Ờ nhỉ! Đừng quên tặng nụ cười.
Tôi sẽ dâng em hồn cô độc,
Món quà duy nhất của đời tôi.

Em ơi! Thương nhớ đã dâng đầy,
Tình thắm, hồn anh vừa ngất ngây.
Xa cách không làm phai ước hẹn,
Ngày mai ta nối trọn vòng tay.

(Suối Bạc, ngày 20 tháng 10 năm 1980)

Chợt Thấy Đời Trẻ Lại

Em nhan sắc cho hoa hờn bướm thẹn,
Để lòng anh có những phút đam mê.
Đường xa xôi anh chẳng ngại đi về,
Trong đêm vắng chợt thấy đời trẻ lại.

Yêu đắm đuối như một thời thơ dại,
Ngắm mây trôi, hồn gửi tận nơi đâu.
Ôi! Tình yêu đầy huyền phép nhiệm mầu!
Vừa cứu rỗi một linh hồn khổ lụy.

Khi em đến, mùa xuân thêm ý vị,
Phủ đời anh bằng một lớp mây hồng.
Miệng em cười khơi động phút chờ mong,
Đôi mắt biếc ngàn sao đêm lấp lánh.

Em hiển hiện, hào quang như nữ thánh,
Môi kiêu sa thơm ngọt chất lạ thường.
Hơi thở nồng ngào ngạt tỏa tâm hương,
Cơn đắm đuối hồn muốn lìa khỏi xác.

Cùng mây gió dạo chơi trời bát ngát,
Cõi hồng trần phút chốc bỗng tiêu tan.
Cúi hôn em bao tình ý rộn ràng,
Tay ghì xiết nửa mảnh đời xa xứ.

Cuộc biến đổi viết nên trang tình sử,
Xóa tan đi bao hận tủi khôn cùng.
Em cận kề cho mộng thắm chiều xuân,
Hạnh phúc cuối tuyệt vời lên giai điệu.

(Suối Bạc, ngày 24 tháng 10 năm 1980)

Một Đêm

Đêm thao thức, mắt nhìn trừng bóng tối,
Gọi tên em về ngủ đỡ đêm nay.
Lòng chưa sầu mà hồn bốc cơn say,
Ôm chăn gối nhớ lưng trần ấm áp.

Anh chắc chắn sẽ được em đền đáp,
Bằng nụ hôn nồng ấm ướp hương thơm.
Áp vào tim làm ngây ngất linh hồn,
Bù thương nhớ một đêm dài lạnh lẽo.

Anh ân hận để em xa vạn nẻo,
Làm thời gian rất tiếc phải ngừng trôi.
Và nệm hoa than vãn thiếu môi cười,
Gian phòng nhỏ biến thành đôi kích thước.

Vòng tay ấm rất ư là nhu nhược,
Bởi hằng đêm quen thói gối đầu em.
Nghe tâm tư rộn rã gọi vai mềm,
Đêm bỗng chốc biến hình thù quái đản.

Giục giã réo tình em về tị nạn,
Bảo trợ em bằng những phút môi hôn.
Đời sa chân còn sót lại nỗi buồn,
Xin chứng thực em một lần di trú.

Mười hai tiếng – một đêm dài quá đủ!

(Suối Bạc, ngày 16 tháng 2 năm 1981)

Nhớ

Ta mong đợi chóng tới ngày Thứ Sáu.
Ôi! Thời gian sao chậm chạp vô cùng!
Một tuần qua là bao nỗi nhớ nhung,
Chúng dày xéo tâm can chừng tan nát!

Thời gian hỡi! Mi nhẫn tâm độc ác!
Ngày của ta là khối sắt đè lên.
Đêm của ta chất ngất nỗi muộn phiền,
Trong cô độc ta tưởng chừng ngộp thở.

Thứ Hai đến, lòng tận cùng nỗi nhớ,
Thứ Ba qua, ôi cay đắng ngập hồn!
Sang Thứ Tư, mong đợi ánh hoàng hôn,
Rồi quay quắt ngày Thứ Năm buồn nản.

Ta khốn khổ suốt trọn ngày Thứ Sáu,
Xác ở đây mà hồn gửi nơi đâu!
Ôi tình yêu! Mi rất đỗi nhiệm mầu!
Cả vũ trụ bỗng biến thành ngà ngọc.

Ta tình nguyện dâng em đời cô độc,
Hãy nhốt ta sâu tận đáy tim em,
Để cuối tuần ta lại được nhìn lên,
Bờ môi mọng có lần ta hôn trộm.

(Suối Bạc, ngày 16 tháng 2 năm 1981)

Tỏ Tình

Em chưa biết tôi đôi lần phạm tội,
Ba lần tôi vượt thoát ngục-tình-yêu.
Bản án chung thân tôi lãnh quá nhiều,
Đây dấu tích ẩn tàng trong khóe mắt.

Em nôn nóng lắng nghe tôi nói thật,
Để mai sau em không kịp ăn năn.
Tôi nói ngoa? Xin em chớ ngại ngần!
Lời buộc tội hồ đồ vì tự ái.

Ai đã bảo trời sinh em con gái?
Tuổi mười lăm em mơ ước hai mươi.
Tôi khuyên em chớ hí hửng vội cười,
Tôi từng trải nếm vị đời chua ngọt.

Nghe tôi nói! Ừ, chớ nên vội khóc!
Tuổi trung niên là chưa phải tuổi già.
Em sợ ai? Chớ ngại! Nói anh nghe!
Đừng quýnh quáng quơ càng người có vợ.

Tôi thú thật cùng em, xin đừng sợ,
Hãy nghe tôi mà xây dựng cuộc đời.
Ồ! Bây giờ tuổi trẻ thích ăn chơi,
Người đứng tuổi lo làm ăn chăm chỉ.

Tôi nói thật, đừng nghi tôi dụ khị,
Oan cho tôi! Đây mới thật tình yêu.
Vì không dưng tôi cắc cớ nuông chiều?
Yêu say đắm càng thêm nhiều tội lỗi.

Đây lần cuối, em cho tôi sám hối,
Kẻo thời gian cướp mất trí thông minh.
Từ lâu nay tôi vẫn sống một mình,
Chán làm bạn cùng tháng ngày cô quạnh.

Được gặp gỡ, tôi vô cùng hân hạnh!
Trả cho xong cái món nợ lưu đày.
Rủi kiếp sau tôi có lỡ đầu thai,
Không ân hận rằng mình còn vướng nợ.

(Suối Bạc, ngày 17 tháng 2 năm 1981)

Nguồn: Khánh Huyền – Tung tăng giữa rừng hoa vàng

Đổ Bến

Bến tình yêu đón thuyền qua,
Trời xuân thầm gọi tay ngà em trao.
Nửa hồn mê tỉnh lao đao,
Thấy mình lừng lững lọt vào mắt xanh.
Nụ cười nhẹ vỗ tim anh,
Xóa tan phiền muộn vây quanh kiếp người.
Bao năm lưu lạc phương trời,
Thuyền em đổ lại bến đời lưu vong.

(Suối Bạc, ngày 19 tháng 5 năm 1981)

Nguồn: haivenu-vietnam.com – Chèo xuồng

Mời Em Bước Xuống Thuyền Tình

Thưa em, thuyền đã tới bờ,
Vòng tay nồng ấm đợi chờ bấy lâu.
Xin em hãy cất bước mau,
Thuyền anh vừa vặn kịp hầu giai nhân.
Bước chân chim chớ ngại ngùng,
Anh đây thưa chuyện nguyệt hồng xe tơ.
Thuyền anh rất đỗi tình cờ,
Bao năm phiêu bạt, lòng hờ hững quên.
Mời em bước xuống thuyền quen,
Chở em một chuyến lênh đênh biển tình.
Hôm nay chỉ có đôi mình,
Năm sau thêm đứa con xinh tuyệt vời.

(Suối Bạc, ngày 6 tháng 6 năm 1981)

Tiễn Em Ở Lại

Tiễn em ở lại phố xưa,
Anh về gác trọ trông mưa chợt buồn.
Nhớ em đùa bỡn linh hồn
Ngày về cố xứ biết còn gặp nhau?
Một lần cũng đủ đớn đau,
Đời còn phiêu bạt chốn nào hở em?
Tình xa, đêm lại vắng thêm,
Nhâm nhi rượu đắng, nhớ tên người tình.
Bây giờ là chuyện chúng mình,
Ngày sau mai một cuộc tình phiêu lưu.
Đông chưa tàn, đã vào thu,
Đêm vang tiếng gọi âm u cõi ngoài.
Hồn anh còn gửi Phương Đoài,
Xin em cho lại quãng đời xuân xanh.
Rồi xa nhau mãi cũng đành

(Suối Bạc, ngày 17 tháng 2 năm 1981)

Xin Em Một Nụ Cười

Nắng lên cho má em hồng,
Cho tình ngây ngất, cho lòng mê say.
Cửa đời rộng mở hôm nay,
Đón em bằng trọn vòng tay đợi chờ.
Kiếp nào ta lỡ hẹn hò,
Kiếp nầy ta được hôn bờ môi quen.
Mỏi mòn theo dấu chân chim,
Bao năm lưu lạc mong tìm người xưa.
Em ơi! Biết nói sao vừa!
Gom mây kết gió cũng chưa đầy lời.
Chỉ xin em một nụ cười,
Nở trong đôi mắt tuyệt vời yêu thương.

(Suối Bạc, ngày 22 tháng 10 năm 1980)

Phụ bản Vũ Thái Hòa

Điếu Thuốc Trên Môi Người Phiêu Bạt

(Tặng B.Q.)

Chia em nửa điếu thuốc rời.
Nửa hơi thân ái, nửa đời cô đơn.
Chia em nửa nụ môi hôn,
Nửa đời cô quạnh, nửa hồn mê say.
Chia em trọn gói thuốc này,
Chỉ xin giữ lại bàn tay rụt rè.

(Suối Bạc, ngày 4 tháng 1 năm 1980)

PHẦN II: TÌNH XA XỨ

Tình Xa Xứ ♥ Một Năm Tình Muộn ♥ Một Ngày Cuối Tuần Ở Mỹ Phố ♥ Tàn Cuộc ♥ Mộ Tình ♥ Mong Một Mùa Xuân ♥ Một Thời Để Nhớ ♥ Mòn Mỏi ♥ Ngậm Ngùi ♥ Kẻ Thua Cuộc ♥ Gửi Một Lời Chào ♥ Sông Lệ ♥ Em Có Bao Giờ Thấy Tuyết Rơi? ♥ Giờ Đây Còn Lại Trang Thư Cũ ♥ Thư Tình Xứ Huế

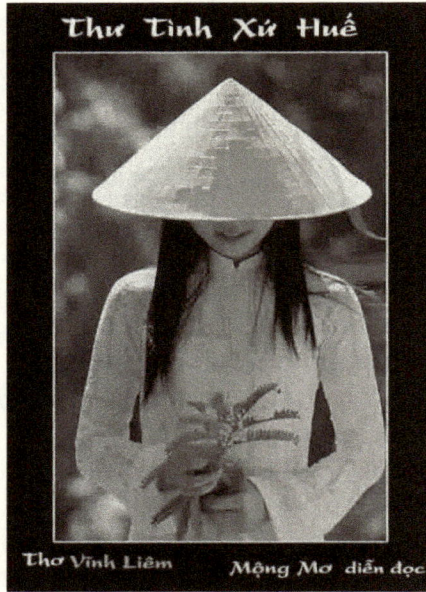

Nguồn: Mộng Mơ

Tình Xa Xứ

Đây người trong mộng, người trong mộng,
Duyên dáng, cười tươi, nói dịu dàng.
Xứ tuyết – da người pha sắc tuyết,
Trên đồi Mỹ Phố khói sương chan.

Một sáng mùa đông tôi gặp người,
Bên ngoài mưa tuyết phủ nơi nơi.
Trong gian nhà nhỏ bên lò sưởi,
Tôi thấy đời tôi hé nụ cười.

Một tách cà phê sưởi ấm lòng,
Biết người có nghĩ giống tôi không?
Tháng năm cô độc tan thành khói,
Hòa tiếng reo vui của bếp hồng.

Em ở quê Bình – xứ trái cây,
Quê hương sống lại sáng hôm nay.
Khối tình xa xứ ngời lên mắt,
Nhìn má em hồng, tôi ngất ngây!

Đây trái tim yêu nửa mảnh đời,
Chỉ dành riêng tặng cho em thôi!
Đây hồn cô độc trao em nốt,
Nhập với hồn em một cuộc đời.

(St. Louis, 03.01.1977)

Một Năm Tình Muộn

Nửa đêm tuyết phủ ngập đường,
Ôi! Màu tuyết trắng cũng nhường màu da!
Một năm tình muộn đã qua,
Cách dòng sông nhỏ mà xa nghìn trùng!
Làm sao vơi nỗi nhớ nhung!
Cơn mơ dẫn đến tận cùng cô đơn.
Hằng đêm giấc ngủ chập chờn,
Soi gương hiện rõ tâm hồn đớn đau.
Bao giờ nối lại nhịp cầu,
Ngưu-lang, Chức-nữ hết sầu chia phôi.
Cho anh tìm thấy nụ cười,
Mùa xuân trong mắt của người năm xưa.

(St. Louis, ngày 7 tháng 12 năm 1977)

Một Ngày Cuối Tuần Ở Mỹ Phố

Mỹ Phố mơ màng trong tuyết bay,
Tòa-nhà-mỹ-nữ ngát hương say.
Âm thầm anh bước lên đồi dốc,
Trợt tuyết bao lần! Em có hay?

Một chuyến thăm em ngày cuối tuần,
Mang theo nhung nhớ lẫn bâng khuâng.
Món quà yêu dấu đầy chân thật,
Tinh khiết như hồn em trắng trong.

Tẩy bụi đường xa bằng nụ cười,
Còn bao phiền muộn đến trong đời.
Xin em nhẹ xóa giùm anh nốt,
Một tiếng " yêu anh" cũng đủ rồi!

Khẽ nắm bàn tay, những ngón dài,
Con đường vận mạng gặp thời may.
Tình duyên kết hợp người xa xứ,
Hạnh phúc êm đềm như sớm mai.

Một chút niềm vui trong mắt em,
Hòa cùng nhịp điệu của đôi tim.
Tình yêu luân vũ bài hy vọng,
Hương sắc em càng khởi sắc thêm!

Anh ước đêm nay kéo thật dài,
Trời đừng rơi lệ ướt tương lai.
Cuối tuần Mỹ Phố gieo thương nhớ,
Chôn chặt hồn anh mãi chốn này.

(St. Louis, ngày 24 tháng 1 năm 1977)

Tàn Cuộc

Đêm tháng Bảy trời sầu rơi lệ,
Thương cuộc tình vừa vội lìa tan.
Không duyên nợ hay em muốn thế?
Nỗi buồn này xé nát tâm can!

Anh đi lại trên đường-tình-sử,
Mong gặp em trong phút ngỡ ngàng.
Chào em với nụ cười bối rối,
Mắt nhìn nhau như khách bên đàng.

Nỗi mong đợi không thành sự thật,
Con đường xưa em đã quên tên!
Chiếc áo đỏ em thường hay mặc,
Sao nỡ đành bỏ xó im lìm?

Phố đông đúc, riêng anh lạc lõng,
Người với người cũng khác màu da.
Khác ngôn ngữ, không cùng nòi giống,
Tuy ở gần, vẫn cách biệt xa!

Đường thăm thẳm, anh về gác trọ,
Ngủ qua đêm mộng mị lạ thường.
Với mùi tóc, hương xưa ngát tỏa,
Cùng nụ cười xoa dịu vết thương.

Em khẽ bảo: "Tặng anh kỷ vật,
"Dù xa nhau vẫn nhớ nhau hoài.
"Em tin tưởng tình yêu bền chặt,
"Giọt máu hồng mãi mãi không phai."

Anh tỉnh giấc mà hồn chưa tỉnh,
Nhìn đêm đen ngỡ cuộc tình đen.
Trò chơi đó, giờ tàn đã điểm,
Hạnh phúc nào vĩnh cửu đâu em!

(St. Louis, ngày 13 tháng 10 năm 1977)

Mộ Tình

Yêu em mùa tuyết đổ,
Xa em mùa lá rơi.
Thương cuộc tình lỡ dở,
Nỗi buồn này khôn nguôi!

Anh loài chim cô độc,
Bay mải miết không ngừng.
Có cành nào ngủ đỡ?
Có ngày nào mùa xuân?

Anh loài rong biển mặn,
Trôi dật dờ đáy sâu.
Có khi nào biển lặng?
Cho cuộc đời bớt đau!

Anh vầng mây cô độc,
Bay giạt bốn phương trời.
Khi tan theo gió lốc,
Khi biến thành mưa rơi.

Anh còn đây hơi thở,
Và một trái tim hồng.
Xin em đừng đập vỡ,
Anh sợ lắm mùa đông!

Anh còn đây đôi mắt,
Luôn dõi bước chân em.
Xin em đừng cúi mặt,
Cho anh được gọi tên.

Anh còn đây kỷ niệm:
Những vết chém hư vô,
Những lời tình ngọt lịm,
Những dòng lệ phai mờ.

Anh đi tìm đất hứa,
Đào một cái huyệt sâu.
Chôn cuộc tình hai đứa,
Để ta đừng xa nhau!

(St. Louis, ngày 13 tháng 10 năm 1977)

Mong Một Mùa Xuân

Đang nghĩ quẩn: Ước gì xuân đến!
Tuyết ngừng rơi, hoa lá tươi cười.
Nắng quyện gót chân em trìu mến,
Ngắm má hồng, anh ngất ngây thôi!

Lời mơ ước trở thành ảo vọng,
Tuyết vẫn rơi ngập lối anh về.
Em giấu kín cuộc đời thơ mộng,
Trong chuỗi ngày buồn tẻ lê thê.

Đời không chỉ riêng cơm với áo!
Vũ trụ này xoay chuyển ngày đêm.
Loài hoa đẹp càng nhiều hương sắc,
Có tình yêu mới thích sống thêm.

Em suy nghĩ những điều mâu thuẫn,
Như lối vào ngõ cụt không đèn.
Kéo lê mãi cuộc tình ngang trái,
Đến bao giờ ngó lại thân em?

Dù năm tháng thêm dài chờ đợi,
Anh vẫn nuôi hy vọng một ngày...
Xuân hạnh phúc mang tình em tới,
Anh đón chào mở rộng vòng tay.

(St. Louis, ngày 2 tháng 3 năm 1978)

Một Thời Để Nhớ

Ngày thức dậy điểm nụ cười rạng rỡ,
Khẽ vươn vai bước nhẹ xuống trần gian.
Cả thế giới hòa hài chung hơi thở,
Trên cành cây, tiếng chim hót rộn ràng.

Lâu rồi nhỉ! Một năm trường lận đận!
Cũng đủ mùa xuân hạ với thu đông.
Trong mùa ấm chim về đây làm bạn,
Rồi đi đâu trong những tháng lạnh căm?

Ta nhớ quá! Hỡi những người bạn qúi!
Bắt chước người, ta gọi bạn là Chim.
Vắng tiếng bạn, ta âu sầu ủy my,
Kỷ niệm buồn lịm chết ở trong tim.

Bạn đánh thức một bóng hình kiều diễm,
Đã ngủ quên trong bóng tối cuộc đời.
Ta lay động mà nàng không lên tiếng,
Đến bao giờ nàng bỏ cuộc trò chơi?

Nàng đã hứa những gì ta vẫn nhớ,
Chỉ mình ta và bạn biết mà thôi!
Nhưng lời hứa chỉ là lời than thở,
Ta trở về thực tại kiếp bèo trôi.

Nàng ở đó, trong lâu đài rêu phủ,
Có trăng vàng hôn nhẹ khóm hoa hồng.
Cũng nơi đó, ta mang tình yêu dấu,
Dâng cho nàng ấp ủ suốt mùa đông.

Bên cửa sổ buổi sáng nào đón bạn,
Ta ghi âm những điệp khúc vinh danh.
Ôi! Rạng rỡ một thời yêu giới hạn!
Dù đắng cay và đau đớn cũng đành!

Kỷ niệm đó ta tưng tiu, ve vuốt,
Biết đâu rằng sẽ có một ngày mai.
Nàng trở lại với tình yêu đắm đuối,
Ôi! Cuộc tình hạnh phúc mãi không phai!

(St. Louis, ngày 18 tháng 6 năm 1978)

Mòn Mỏi

Chiều trên đồi Mỹ Phố,
Ta như người mất hồn.
Nhìn bóng em dần khuất
Trên con tàu hoàng hôn.

Em đến rồi ra đi,
Ôi! Bóng người viễn xứ!
Ta đọc hoài cổ thi,
Chưa tìm ra nghĩa chữ!

Ta một lần yêu em,
Tình đầu lẫn tình cuối.
Ta mỗi lần nhớ em,
Ngày cũng dần mòn mỏi.

(Suối Bạc, ngày 22 tháng 6 năm 1980)

Ngậm Ngùi

Nửa đêm vọng lại tiếng thu xưa,
Gió khẽ lay cành lá đong đưa.
Hồn thu chợt đến gieo thương nhớ,
Buổi tiễn đưa người trong gió mưa.

Ta ở bên này dòng sông nhỏ,
Âm thầm như những hạt mưa đêm.
Có khi ngồi ngủ bên song cửa,
Mà ngỡ như là đang có em!

Nhìn lá thay màu trong tuyệt vọng,
Lòng mình cũng đổi màu bi thương!
Sinh vật nào không tha thiết sống?
Riêng ta mang nhiều nỗi chán chường!

Nửa kiếp lưu đày, đời vật ngã,
Hai bàn tay trắng vẫy tương lai.
Người đi, đôi mắt quên từ giã,
Để lại trời buồn, ta ngất say.

Muốn níu thời gian dừng lại mãi,
Ta không nỡ thấy lá xa cành.
Và em sẽ sống thời thơ dại,
Em vẫn còn là em của anh.

Giây phút suy tư, hồn lạc lõng,
Nghe đời quạnh quẽ chốn lang thang.
Gặp em hồ mỵ trong cơn mộng,
Rồi cũng ngậm ngùi mộng vỡ tan!

(St. Louis, ngày 12 tháng 10 năm 1978)

Kẻ Thua Cuộc

Đêm tháng Bảy bỗng dưng lòng trở lạnh,
Hỏi vì sao, ta chẳng biết vì sao!
Hình như ta vừa tỉnh giấc chiêm bao,
Thoang thoáng nhớ một bóng hình ai đó.

Ôi thật lạ! Tại sao ta không rõ?
Cả mùi hương lẫn mùi tóc còn đây!
Những mùi này ta đã ngửi và say,
Mang hạnh phúc cuộc đời ta xuôi ngược.

Từ Berkeley, St. Charles, vòng St. Louis,
Vẫn mùi hương quen thuộc ngự trong ta.
Khi tình yêu càng tha thiết đậm đà,
Ta quay quắt trong vũng lầy tình ái.

Ta như kẻ hôn mê vì ngậm ngải,
Nên nhìn đời bằng đôi mắt bàng quang.
Vì trái tim ta trót lỡ trao nàng,
Mọi toan tính đều trở thành hy vọng.

Kể từ đó ta thấy mình thích sống,
Mong ngày mai sẽ tốt đẹp, vui thêm.
Ôi! Chuỗi ngày dài xa lạ, êm đềm!
Ta ngây ngất say hương tình nhỏ giọt.

Ôi! Suối tóc chan hòa đêm mật ngọt!
Má hồng căng tươi mát phút liên hoan.
Dáng mảnh mai khêu gợi tuổi-da-vàng,
Mắt lay động bao nỗi-buồn-Châu-Á.

Em hương sắc chứa rất nhiều phép lạ,
Biến ta thành tên-nô-lệ-chung-thân.
Ta không buồn tự thú và ăn năn,
Vì trận chiến kéo dài trong mê mệt.

Khi cuộc chiến vừa tới hồi quyết liệt,
Ngoảnh lại nhìn, em tự biến đi xa.
Để giờ đây ta sống thật đời ta,
Kẻ thua cuộc khép vỏ-sò-tị-nạn.

(St. Louis, ngày 28 tháng 7 năm 1976)

Nguồn: Khánh Huyền - Thiếu nữ giữa rừng hoa vàng

Gửi Một Lời Chào

Sáng nay thu đến dịu dàng,
Mưa rơi rất nhẹ, không gian thở dài.
Phố xưa dang rộng đôi tay,
Đón tôi cùng với tháng ngày long đong.
Tôi về giữa cõi bụi hồng,
Mặt xa mày lạ, người không đón mời!
Trong tôi có chút đổi dời?
Hay tình em đã phai lời yêu đương?
Tôi đi tìm những con đường,
May ra lá cỏ còn vương bóng nàng!
Qua rồi mấy độ thu sang,
Trên con đường cũ lá vàng đớn đau.
Mừng em, gửi một lời chào,
Tiếng yêu nghe cũng ngọt ngào, khó quên!

(St. Louis, ngày 15 tháng 10 năm 1977)

Sông Lệ

Ba năm trước, ta lạc loài bến lạ,
Sông tình thương ấp ủ kiếp lưu đày.
Da rám nắng trên sân tình mùa hạ,
Mắt ơ thờ dõi theo dáng thơ ngây.

Tháng Năm đó, tâm tình ta nghiệt ngã,
Hồn bơ vơ vừa bén rễ đầu đời.
Quanh quẩn mãi với cơn buồn tàn tạ,
Vì nụ cười lịm chết ở bờ môi.

Bỗng em đến gieo vào ta thử thách,
Mây lang thang cũng gặp gỡ đôi lần.
Thân chiến bại quá nửa đời phiêu bạt,
Ta cũng còn mong níu lại mùa xuân.

Cuộc bi thảm gắn liền vào định mệnh,
Cũng như ta phải kéo chiếc xe đời.
Em là khách nhàn du vừa ra lệnh,
Có lẽ nào ta bỏ cuộc trò chơi?

Ta tự biết trò chơi thì hao hụt,
Song riêng ta vẫn vui vẻ bằng lòng.
Em là nước làm dâng cơn bão lụt,
Con nước nào không trở lại dòng sông?

Chân đạp đất, đầu đội trời đã mỏi,
Mười năm dư đùa giỡn với tử thần.
Thử tìm chút bình an nơi bến đợi,
Chắc sẽ tình như một cõi dung thân!

Ngày đợi bước chân em trên lá cỏ,
Nụ cười tình gieo rộn rã muôn hoa.
Ta ngây ngất, thập thò đôi mắt ngó,
Bữa cơm chiều mong ngóng đã trôi qua.

Ngày tháng tận, em cũng lìa bến đỗ,
Trời âm thầm nhỏ lệ khóc chia xa.
Đôi dòng lệ em rơi trên áo cũ,
Đến bây giờ còn sực nức mùi hoa.

Nhân đọc báo thấy tin mừng Sông Lệ,
Kỷ niệm buồn chợt sống dậy nơi tim.
Ta viết nốt một chuyện tình đã trễ,
Với những lời tha thiết nhất trao em.

(St. Louis, ngày 6 tháng 9 năm 1978)

Em Có Bao Giờ Thấy Tuyết Rơi?

Em có bao giờ thấy tuyết rơi?
Dịu dàng, ẻo lả giữa từng trời.
Phất phơ sắc trắng trong hơi lạnh,
Buông thả thân ngà xuống khắp nơi.

Em có bao giờ thấy tuyết chưa?
Tim anh lạnh giá đến bao giờ?!
Đốt than chẳng ấm lòng anh được,
Mặc áo len dầy cũng hóa thưa!

Em ước một lần thấy tuyết rơi,
Một lời ao ước rất xa xôi.
Anh đâu hy vọng mà mơ mộng,
Đội tuyết đi trong nỗi ngậm ngùi.

Thực tế vẫn thường khác giấc mơ,
Cuộc tình ngang trái có ai ngờ!
Kẻ Nam người Bắc – em nào biết!
Tượng đá ôm con gắng đợi chờ!

Nhặt tuyết nặn hình tưởng nhớ em,
Làm sao mái tóc được nhung êm!
Máu không tô đậm môi son thắm!
Tay ngọc đâu còn! Ôi những đêm...!

Tuyết sẽ rơi đều mãi mỗi năm,
Hồn anh đông đặc tợ như băng!
Em ơi! Cuộc sống hầu như chết,
Trong chiếc quan tài của chiến tranh!

(St. Louis, ngày 29 tháng 11 năm 1975)

Giờ Đây Còn Lại Trang Thư Cũ

Trời đổ cơn mưa thương khóc ai?
Tin nhà như sét đánh ngang tai!
Bóng em thoáng hiện qua khung cửa,
Đọc lá thư xưa lệ chảy dài!

Mới đó mà em đã quá xa!
Sao con tàu vội bỏ sân ga?
Đàn con thơ dại trông mong mẹ,
Giữa cảnh bơ vơ thiếu vắng cha.

Còn lá thư nào em nhớ thương?
Tìm trong kỷ niệm một mùi hương.
Anh đi nghìn dặm, lòng quay quắt,
Mắt dõi trông về nơi cố hương.

Có bóng hình em những buổi chiều,
Bên bờ sông vắng nhớ người yêu.
Dòng sông là khối tình anh đó!
Người ở phương trời luôn dõi theo.

Anh ở bên này nửa địa cầu,
Tâm tư để lại lúc xa nhau.
Em không cần biết hay không biết?
Chiếc áo thời gian vẫn một màu!

Lệ nhỏ trang thư thương nhớ em,
Nửa đời đau khổ, thức thâu đêm.
Đàn con thơ dại ai nuôi dưỡng?
Tóc bạc giờ đây càng bạc thêm!

Viết mãi chuyện tình đâu đã hết!
Năm năm phiêu bạt, cõi lòng đau!
Trang thư khép lại dăm dòng chữ,
Khép lại đời anh kiếp bạc đầu.

Thôi hết đời nhau một cuộc tình!
Yêu là hệ lụy, là hy sinh.
Giờ đây còn lại trang thư cũ,
Đôi lúc bâng khuâng nhớ bóng hình!

(Suối Bạc, ngày 2 tháng 4 năm 1980)

Thư Tình Xứ Huế

(Tặng N.A., Huỳnh Thúc Kháng, Huế)

Tình cờ đọc lá thư xưa,
Người yêu xứ Huế tình chưa phai mờ.
Vì ai em nỡ hững hờ?
Hồn tôi gởi lại bên bờ Hương Giang.
Hai mươi năm giấc mộng tàn,
Nhưng tình yêu vẫn rộn ràng trong tim.
Một đời lầm lỡ yêu em,
Nửa tôi hạnh phúc rơi triền dốc xa.
Còn em tuổi ngọc thăng hoa,
Yêu người – không kể tuổi già người yêu.
Bây chừ Huế mộng đìu hiu,
Xót thương thiếu phụ diễm kiều cố đô.
Hương Giang trắng nước hững hờ,
Có hay người dệt mộng chờ đợi em?
Thu vàng nỗi nhớ buồn tênh,
Viết trang tình sử sầu lên mắt buồn.

(Suối Bạc, ngày 20 tháng 9 năm 1982)

PHẦN III: CÒN VƯƠNG TƠ LÒNG

Yêu ♥ Đẹp ♥ Cũng Tại Lòng Tôi ♥ Trời Cũng Buồn
Theo ♥ Trù Ẻo ♥ Chứng Tích ♥ Cuộc Tình Buồn ♥
Nhật Ký ♥ Độc Thân ♥ Sợi Tóc Nhiệm Mầu ♥ Mắt
Biếc ♥ Long Xuyên Ngày Ấy Tôi Về ♥ Tuổi Mộng Mơ
♥ Tình Hồng ♥ Thuyền Mộng ♥ Đời Hoa ♥ Cúi
Xuống Nhìn Dòng Sông ♥ Mùa Thu Lá Bay ♥ Tà Áo
Trắng ♥ Cuộc Tình Hư Ảo ♥ Giao Cảm ♥ Ta Trở Về
Đây ♥ Chưa Chắc Đêm Nay Nàng Đã Ngủ ♥ Tình Lụy
Cho Nên Sớm Bạc Đầu ♥ Người Tôi Yêu Vẫn Ngọt
Ngào ♥ Thức Trọn Đêm Dài ♥ Nói Sao Cho Trọn Tình
Tôi Với Nàng ♥ Anh Chợt Thấy Nụ Cười Em Hiển Hiện
♥ Đời Vẫn Còn Nhiều Mơ Tưởng ♥ Sao Ta Còn Mãi
Khối Tình Đau ♥ Nhìn Đôi Mắt Sáng Ngời Viên Ngọc
Qúi ♥ Anh Vẫn Còn Lại Nửa Cuộc Đời Em ♥ Tình
Tuyệt Diệu ♥ Anh Đã Nhìn Thấy Em ♥ Hồi Âm ♥
Mối Tình Điện-Toán ♥ Vẫn Thấy Người Xưa Còn Đẹp
Mãi ♥ Thu Của Lòng Tôi ♥ Người Đẹp Tân Châu ♥
Xin Gửi Lời Chào Biệt Ly ♥ Lời Cuối Cho Em ♥
Chuyện Tình Bốn Mươi Năm

Nguồn: Tienghatquehuong.net – Đàn Bầu

Yêu

Xin thú thực cùng em, tôi vụng dại,
Muốn yêu em nhưng chẳng dám hé môi.
Em biết thế, xin em đừng e ngại,
Đến gần đây và nở một nụ cười.

Tôi vẫn biết cuộc đời là thơ mộng,
Nhưng ái tình là một vở tuồng đau.
Nếu vuột mất tình yêu là hết sống,
Dù tình đầu hay cuối cũng như nhau.

Em e lệ, thẹn thùng làm chi nữa?
Cứ vào đây, ngồi đối diện cùng tôi.
Tôi sẽ kể em nghe miền đất hứa,
Để dành em ấn nhẹ bước chân đời.

Em thong thả cởi phăng lời dị nghị,
Vứt vào kia – nơi hộc tủ văn minh.
Đừng để lộ tâm tình hàng thế kỷ,
Phút giây này ta chỉ có tâm linh.

Mạch nguồn sống đời tôi như chấm dứt,
Nếu không cùng chia xẻ với em yêu.
Tôi sẽ chết nếu tôi không nói thực,
Những suy tư thầm kín biết bao điều.

Ai đã bảo em đến đây làm bạn,
Với một người từng cô độc nhiều năm?
Em có nghĩ đời tôi rồi xán lạn?
Hay vẫn là ảm đạm kiếp thi nhân?

Đây giấy mực em cứ khai tông tích,
Đã bao lần em quấy phá đời tôi?
Đừng giấu giếm, sẽ chỉ là vô ích,
Bởi vì tôi thừa biết quá em rồi.

Đêm vắng lặng cứ tự nhiên thở mạnh,
Không còn ai mò mẫm đến đây đâu.
Nếu cần phải dạo chơi trong giá lạnh,
Anh sẵn sàng âu yếm nắm tay nhau.

Em đã đến, ở bao lâu cũng được,
Anh xin hầu, đối ẩm với giai nhân.
Nếu không thích nơi đây, xin báo trước,
Anh đưa về không một chút bâng khuâng.

Em thừa biết đời anh không quyến luyến,
Một mối tình cảm xúc rất vu vơ.
Đời đã dạy cho anh nhiều cuộc chiến,
Mà tình yêu là cuộc chiến không ngờ.

Em cứ thế ngủ say trong giấc mộng,
Đừng bao giờ lo sợ phải xa nhau.
Trên thế giới em mới là mạch sống,
Của con người thực sự biết thương đau.

(Đức Phố, 27-12-88)

Đẹp

Thuở Tạo Hóa tặng con người vẻ đẹp
Đã dày công nghiên cứu nét thanh tao
Chọn lựa màu, hình thể đẹp làm sao!
Trong cân đối, chi li từng đường nét.

Đẹp là đẹp, đâu cần chi suy xét!
Đôi mắt trần không thể biết điều hay
Nét diễm kiều làm thi sĩ cuồng say
Ôi! Nét đẹp khiến hồn người ngây ngất!

Đẹp là đẹp cả tâm hồn, thể chất
Đẹp trong ngoài, thanh sắc ngát hương thơm
Có những chiều nhìn ngắm bóng hoàng hôn
Hồn cảm thấy lâng lâng cùng gió mát.

Như buổi sáng đùa vui trên bãi cát
Biển dạt dào qua tiếng sóng trùng khơi
Khi cửa lòng rộng mở thấy chơi vơi
Và dàn trãi một tâm hồn phóng khoáng.

Yêu nét đẹp, biết bao người mù quáng
Đốt đời mình như những xác thiêu thân
Yêu ngất ngây! Ôi! Đôi cánh thiên thần!
Làm mê mệt bao tâm hồn yếu đuối.

Đẹp muôn thuở – cho đến giờ phút cuối
Để người người còn tơ tưởng dung nhan
Đã đẹp rồi, đâu giới hạn thời gian
Vì Tạo Hóa chẳng bao giờ lấy lại.

(Hobby, 13-04-1992)

Cũng Tại Lòng Tôi

Cũng tại lòng tôi quá dửng dưng!
Trước bao cô gái đẹp vô chừng!
Bờ môi ươn ướt, xinh như mộng,
Nhưng chả bao giờ nói thủy chung.

Cũng tại lòng tôi quá đổi dời!
Muốn yêu tất cả mọi người thôi!
Những cô gái đẹp – trời cho đẹp,
Những cặp chân dài quyện bóng tôi.

Cũng tại lòng tôi quá đổi yêu!
Muốn yêu tất cả – thật cho nhiều!
Những cô gái đẹp không son phấn,
Tóc xõa vai gầy cũng đáng yêu.

Cũng tại lòng tôi quá hững hờ!
Những cô gái đẹp biết làm thơ.
Những cô sầu mộng vô duyên cớ,
Đã đẹp sao còn thích mộng mơ?

Cũng tại lòng tôi quá rộn ràng!
Trước bao nhan sắc – sẽ sang ngang.
Những cô gái đẹp thường hay vậy,
Tình đẹp mà sao nỡ phụ phàng?!

Cũng tại lòng tôi quá đắn đo!
Dò biển dò sông thật dễ dò.
Nhưng không lấy thước đo lòng được!
Người đẹp lại càng khó thể đo!

Cũng tại lòng tôi quá tái tê!
Các cô gái đẹp vẫn thường mê
Những ngôi nhà rộng cùng xe đẹp,
Quên mất tình nhân buổi hẹn thề.

Cũng tại lòng tôi quá khắt khe!
Những cuộc vui chơi của hội hè.
Các cô gái đẹp thường lui tới,
Những khúc nhạc buồn vẫn thích nghe.

Cũng tại lòng tôi quá dễ dàng!
Các cô gái đẹp chẳng cầu sang
Những người đã đẹp cần chi nữa?!
Khi lấy chồng giàu sẽ sống sang.

Cũng tại lòng tôi quá ngại ngùng!
Người đẹp thường hay nói thủy chung.
Càng làm ra vẻ đầy hiêu hãnh,
Khi chớm yêu rồi vẫn nói "Không"!

Cũng tại lòng tôi phản đối tôi!
Bảo đừng yêu nữa, chỉ nhìn thôi.
Những cô gái đẹp là hoa qúi
Để ngắm hơn là để sánh đôi.

Cũng tại lòng tôi quá nghĩ suy!
Yêu là mầm mống của chia ly.
Tình yêu ràng buộc đời sương gió,
Khi lỡ yêu rồi sợ biệt ly.

Ấy thế là tôi chả dám yêu!
Sợ nghe người đẹp nói bao điều...
Những đêm Đông vắng trùm chăn ngủ,
Thanh thản, nghe lòng chút quạnh hiu.

(Đức Phố, 30-6-92)

Trời Cũng Buồn Theo

Em về bên ấy là ly biệt
Mắt biếc vời trông sầu cố hương
Đêm gợi niềm riêng buồn da diết
Nụ cười e ấp rất thân thương!

Em về bên ấy là xa cách
Để lại mùi hương thật dịu dàng
Có những đêm dài nhìn lên vách
Ngỡ người yêu dấu đã sang ngang!

Em về bên ấy là an phận
Có thể ngày mai sẽ đổi dời
Chỉ có đời anh còn lận đận
Một mình sao lại xẻ hai nơi?

Em về bên ấy là vui thú
Chim chóc vui mừng rộn đón đưa
Có một nỗi buồn còn ẩn trú
Như ngày nào đó dưới cơn mưa.

Em đi là cuộc đời anh lắng
Khép kín môi cười khi cuối năm
Trời cũng buồn theo, ngày quạnh vắng
Một ngày xa cách ngỡ bao năm!

(Đức Phố, ngày 7 tháng 11 năm 1992)

Trù Ẻo

Trượng phu không sợ AK bắn
Mà ngán đuôi mày, mắt liếc ngang
Tiền lính tính liền cho đỡ nặng
Không dè Tiểu Muội tưởng anh sang!

Cái quán bụi đời thơ mộng đó
Cũng nhờ Tiểu Muội rắc thêm hương
Đôi môi ươn ướt như thoa mỡ
Má lúm đồng tiền sao dễ thương!

Đi xa càng nhớ mùi hương ấy
Về lại đồn binh đã mệt nhoài
Rượu đế uống hoài không biết ngấy
Và tình Tiểu Muội chẳng hề phai.

Nhưng tình và nợ không cân đối
Tình Muội mười cân, nợ mấy ly
Súng ngắn đeo hoài không biết mỏi
Mà tình vướng nặng bước chân đi!

Tiểu Muội loanh quanh như sóc nhỏ
Chộp hoài chẳng níu được đôi chân
Đôi chân trường túc nhanh như thỏ
Làm Đại Ca đây ngã mấy lần!

Tiểu Muội biết không? Đời vạn ngõ
Mấy đời lính chiến được tôn vinh!
Rày đây mai đó trong sương gió
Vương vấn làm chi một mối tình!

Anh đeo súng ngắn khi lâm trận
Bắn mấy viên đầu đã hụt hơi!
Tọa độ xê dần, hồi gay cấn
Mệt nhoài, anh cứ bắn khơi khơi!

Xông bao nhiêu trận đều thua cả!
Cái số hàng binh ám ảnh hoài!
Lúc ở quân trường ra trận giả
Tưởng mình hào kiệt chẳng thua ai.

Tại vì Tiểu Muội hay trù ẻo
Hồn phách tiêu tan mất cả rồi!
Gió núi đồi sương hồn lạnh lẽo
Nhớ về Tiểu Muội quá đi thôi!

Đại Ca, Tiểu Muội không còn nữa
Cái quán bụi đời cũng dẹp đi
Quân đội tan hàng còn đâu nữa!
Hàng binh, hàng nước có hơn gì!

Ai xui ta gặp nhau lần nữa?
Hoàn cảnh bây giờ đã trái ngang!
Em đã con bồng, ta vợ chửa
Cười trừ, lòng quận thắt tâm can!

(Đức Phố, 29-9-93)

Chứng Tích

Nỗi buồn như tách cà phê,
Đậm, đen, ngọt, đắng... vẫn mê mỗi ngày.
Nỗi buồn như nhánh sông dài
Ngồi vơ vẫn nhớ bóng ai chưa về.
Nỗi buồn như một lời thề,
Khi quên khi nhớ, chẳng hề để tâm.
Nỗi buồn hình bóng xa xăm,
Đôi khi chợt hiện, mù tăm, hững hờ...

**

Người xưa chẳng giống bây g ờ,
Thế mà ta mãi đợi chờ làm chi?
Tiếc thương chẳng ích lợi gì,
Càng thêm khổ lụy, sầu bi một mình.
Giờ đây còn lại bóng hình,
Những ân ái cũ vô tình nhạt phai.

(Đức Phố, ngày 28 tháng 11 năm 1994)

Cuộc Tình Buồn

(Kính tặng nhạc sĩ Lam Phương)

Nào ai hiểu được lòng người!
Cũng như giông tố, đất trời đổi thay!
Cũng như em, bỗng một ngày,
Nói không yêu nữa, từ nay giã từ.
Tình buồn, biết nói sao ư?!
Rằng không yêu nữa! Kể từ nay thôi!
Em không yêu nữa! Thôi rồi!
Mộng tan, vỡ cả cuộc đời từ đây!
Tôi buồn như ngất ngây say,
Với tôi, tình cũ từ nay vỡ rồi!
Em không yêu nữa, thì thôi!
(Nói sao cho cạn tình tôi yêu nàng!)
Em không yêu nữa! Mộng tàn!
Ví như chiếc lá thu vàng rụng rơi
Tôi buồn tôi nói với tôi,
Rằng không yêu nữa thì thôi! Cớ gì!
Em vui cứ việc em đi,
(Còn tôi ở lại, buồn khi vắng nàng!)
Chiều chiều tôi nhặt lá vàng,
(Để thương để nhớ bóng nàng ra đi)
Cuộc tình buồn! Có mấy khi!
(Mình tôi đối bóng, nàng đi không về!)
Những đêm buồn thật não nề!
Đôi khi mình cũng buồn tê tái lòng!
Lúc tôi buồn giữa phòng không,
Hình như khoảng trống trong lòng quạnh hiu!
Có ai hiểu được buổi chiều?
Mênh mông, hoang vắng, tiêu điều, xác xơ...
Thu đi một cách hững hờ!
Lá vàng bỗng rớt từng tờ cô đơn!

(Đức Phố, ngày 15 tháng 11 năm 1994)

Nhật Ký

Mỗi lần muốn ngỏ lời em
Sợ em hờn dỗi không thèm cười duyên
(Thương ơi! Má lúm đồng tiền
Dẫu bán ruộng điền anh cũng bán luôn!)
Sợ em đẫm lệ khi buồn
Anh ngồi cuối lớp, thả hồn vu vơ
Vì em, anh biết làm thơ
Những vần sầu mộng mong chờ được yêu!
Viết hoài chẳng được bao nhiêu!
Lời thơ không đủ tả điều ước mong!
Làm sao bày tỏ nỗi lòng?
Tình yêu là cả cánh đồng bao la!
Người yêu là một cành hoa
Còn anh là bướm cách xa nghìn trùng!
Đêm về bướm lại nhớ nhung
Thấy hoa e thẹn, lạnh lùng bướm bay!
Viết trang nhật ký đầu tay
Những lời nắn nót ghi ngày yêu em
Tình si anh viết hằng đêm
Tương tư ngồi mãi bên thềm chờ trăng
Năm dài dai dẳng băn khoăn
Bấy nhiêu nhật ký đầy ngăn tủ đời
Làm sao anh thốt nên lời!
Tiếng "Yêu" tuy dễ mà Trời không cho!
Yêu người dệt mấy vần thơ
Khối tình tha thiết mong chờ bấy lâu
Mai sau nối lại nhịp cầu
Khép trang nhật ký ngàn câu ân tình.

(Đức Phố, 07-09-92)

Độc Thân

Tôi người cô độc kinh niên,
Bởi chưng chờ đợi nàng tiên giáng trần.
Đợi hoài chẳng thấy nàng gần,
Thôi thì ở vậy qua dần tuổi xuân.

(Đức Phố, 09-07-93)

Phụ bản Vũ Thái Hòa

Sợi Tóc Nhiệm Mầu

Đời tôi như bánh bao chiều,
Lửa lòng nguội lạnh tình yêu ban đầu.
Em là khách lạ qua cầu,
Đánh rơi sợi tóc nhiệm mầu quấn tôi.
Đêm nằm mộng thấy em cười,
Như có phép lạ biến đời tôi vui.

(Đức Phổ, 09-07-93)

Hoa Tóc Tiên

Mắt Biếc

Cái ta mơ mộng lạ thường,
Trăm đôi mắt biếc còn vương vấn hoài!
Kiếp ta du tử lạc loài,
Tình yêu trải rộng ra ngoài thế gian.

(Đức Phố, 20-7-93)

Nguồn: Ibiblio.org – Đồi cát Bình Thuận

Long Xuyên Ngày Ấy Tôi Về

(Tặng Thu, LX)

NGÀY MỚI TỚI

Tôi người đô thị về đây
Tỉnh buồn, xa lạ, còn say men đời
Công viên ghế đá, mình tôi
Nhìn con nước đổ thêm khơi nỗi sầu

CHỌC QUÊ

Tháng ngày vội vã qua mau
Đếm từng cuống lá buồng cau bên nhà
Có người duyên dáng mặn mà
Hỏi tên không nói, vậy là con ai?

TƯƠNG TƯ

Trên con đường cũ thật dài
Có đàn bướm trắng ngày ngày lượn qua
Tôi đi dạo phố tà tà
Ngắm từng bướm trắng để mà tương tư

TẠ TỪ

Một hôm bướm ghé tạ từ
Bướm buồn lặng lẽ trao thư, bướm về
Đọc thư nửa tỉnh nửa mê
Lời thư cay đắng càng tê tái lòng!

SỐ PHẬN LONG ĐONG

Trách mình số phận long đong
Chắc không duyên nợ với Long Xuyên này!
Lỡ sinh nhằm kiếp lưu đày
Thôi đành xa bướm! Nhớ hoài bướm yêu...

TRỞ LẠI LONG XUYÊN

Năm năm lưu lạc đã nhiều
Long Xuyên thôi thúc một chiều dừng chân
Nhìn ngôi nhà cũ, phân vân
Chờ trông bướm lạc ra sân để chào
Hỏi người đứng cạnh bên rào
Bảo rằng bướm đã bay vào nhà ai...
Tôi về uống cạn men cay
Tiếc hoài bướm trắng vào tay ai rồi!

(Đức Phố, 11-06-94)

Tuổi Mộng Mơ

Tuổi mười lăm biết mộng mơ,
Sáng vào lớp học thẫn thờ đợi ai!
Ngó ra khung cửa, chờ hoài...
Hình như có bóng áo dài thoáng qua.
Ô kìa! Dáng điệu thướt tha!
Đường may tuyệt mỹ, màu hoa tân thời.
Áo may vừa vặn thân người,
Bước đi thanh nhã, nụ cười hồn nhiên.
Tôi như lạc lối đào nguyên,
Cơ may gặp được nàng tiên giáng trần.
Tôi đang thả mộng ra sân,
Ngắm đôi chim nhỏ bay gần bên nhau...
Nàng tiên mở cửa bước vào,
Giật mình, tôi đứng dậy chào: Thưa... Cô!
Âm thanh lạc cõi hư vô,
Cả phòng im lặng, "nàng" vờ không nghe!
Hồn tôi lảo đảo, đê mê...
Hình như "nàng" cũng dấu che thẹn thùng?!
Tôi say cơn mộng mông lung,
Ước mơ ngày nọ được cùng bên nhau...
Bỗng nhiên tim chợt nhói đau,
Sợ "nàng" lạnh nhạt, nói câu hững hờ!
Tôi ngồi thơ thẩn hàng giờ,
Vờ nghe, nhưng chỉ làm thơ tặng "nàng"!

Biết rằng hoàn cảnh trái ngang,
Thế mà lại sợ phũ phàng, khổ đau!
Oái oăm thay! Mối tình đầu!
Yêu cô giáo đẹp, sang, giàu... làm chi!
Chỉ là một mối tình si,
Càng thêm đau khổ, ích gì cho thân!
Nhưng tôi chẳng biết phân vân,
Được yêu là đủ, đâu cần ai cho!
Tình yêu không thể so đo,
Tình yêu là một con đò qua sông.
Khi yêu gửi trọn tấm lòng,
Yêu người tha thiết, không mong nhận về.
Yêu Cô bằng cả đam mê,
Biết đâu Cô lại không chê học trò?!

(Đức Phố, 02-08-94)

Tình Hồng

(Tặng Trần Quốc Bảo)

Sực nhớ lại, tình hồng như giấc mộng,
Con thuyền mơ lướt vào cõi hư vô.
Ôi thời gian! Mi bước nhẹ không ngờ!
Mới thoáng đó, ba mươi năm rồi nhỉ!

Đời thơ mộng, bình thường và dung dị,
Ta trầm ngâm nghĩ mãi chẳng tìm ra.
Nguyên cớ nào mi vội bỏ đi xa,
Đường hun hút, thâm u cùng quá khứ?

Ta có một trái tim hằng ấp ủ,
Cuộc tình hồng trinh trắng, một nàng tiên.
Hương xuân nồng, môi thắm vẫn còn nguyên,
Vừa mới lạ, tưởng chừng như phút trước.

Vẫn ngào ngạt hương thơm lừng thược dược,
Lại thì thầm, lưu luyến phút yêu đương.
Ta miên man say đắm khúc nghê thường,
Càng ngây ngất như tuổi đời mới lớn.

Bờ vai ngọc, nét môi cười sóng gợn,
Mấy vầng trăng gom lại cũng chưa đầy.
Ta thả hồn theo điệp khúc men say,
Đầy cảm xúc ái ân vừa trọn vẹn.

Con thuyền mộng ngập ngừng và len lén,
Đưa ta vào sâu thẳm giấc mơ hoa.
Dòng sông xanh uốn khúc tuổi hiền hòa,
Có vạt nắng buổi chiều thầm e lệ.

Nàng chưa khóc, sao mắt nàng đẫm lệ?
Sóng không chao, sao thuyền cứ bập bềnh!
Hai đứa nằm im lặng, mắt nhìn lên,
Hương ngào ngạt cứ dâng đầy cảm xúc.

Thuyền nhẹ lướt đưa ta vào hạnh phúc,
Dãy ngân hà chẳng ai xẻ làm đôi.
Càng lên cao, sao mai tỏ từng hồi,
Sương thấm nhẹ phủ bờ vai run rẩy.

Vừa lúc đó ta tỉnh người thức dậy,
Hương thơm lừng còn tinh khiết vây quanh.
Môi tìm môi giữa đôi mái đầu xanh,
Trong vũ trụ, giờ chỉ còn hai đứa!

Tình hồng đó là hồn hoa nương tựa,
Là uyên nguyên của lứa tuổi xuân thì.
Là tuổi hồng hăm hở giữa mùa thi,
Tình bất diệt dẫu thời gian cướp mất.

(Đức Phố, ngày 19 tháng 12 năm 1995)

Thuyền Mộng

(Tặng Trần Quốc Bảo)

Đời chớm nở như thuyền tình chở nặng,
Trái tim yêu đầy ắp mộng yêu đương.
Ta chợt nghe hạnh phúc thật bình thường,
Bỗng chỗi dậy lớn dần cùng khao khát.

Ai đã ví trái tim hồng vỡ nát?
Ta mới yêu, vừa nếm được tình yêu.
Đường ta mơ như đại lộ hai chiều,
Em qua mặt, còn bóp còi inh ỏi.

Bình minh rạng chưa có gì chói lọi,
Thế mà ta bỗng choáng váng, ngây ngô.
Em ngây thơ hay giả bộ tình cờ?
Để vạt áo lộ một tòa nguyên thủy!

Nét cong đó, đường công viên thuần túy,
Lối quanh co, có suối mát nên thơ.
Có hồ sen cỏ rậm mọc ven bờ,
Có tiếng nước chảy rì rào, êm dịu.

Đôi mắt liếc càng đa tình, yểu điệu,
Đất rung rinh, vũ trụ bỗng quay cuồng.
Anh thì thầm: Người đâu thật dễ thương!
Một thế kỷ mới có người như thế!

Anh hồ my kiếm tìm em bốn bể,
Để xin dâng lên một đóa hoa hồng.
Rồi âm thầm anh lui gót về không,
Và lặng lẽ ôm khối tình yêu dấu.

Khi đã biết yêu rồi càng phấn đấu,
Để dung nhan em lấp cả hồn anh.

Dù mai kia niềm mơ ước không thành,
Anh vẫn đóng con thuyền mơ hạnh phúc.

Tình yêu lớn như sông dài uốn khúc,
Thuyền tình yêu không ngại thác hay ghềnh.
Lỡ yêu rồi đành chọn kiếp lênh đênh,
Vượt sóng gió, mắt nhìn đời yêu mến.

Anh mơ mộng thì em càng không đến,
Khi quay lưng, em lại quấy hồn anh.
Ngày tối tăm bỗng rực sắc hồng nhanh,
Làm cuộc sống đầy vô vàn khao khát.

Niềm hạnh phúc êm đềm trong chốc lát,
Cũng làm cho đời tươi thắm thêm lên.
Anh vội vàng xây thuyền mộng vững bền,
Để lui tới những nơi nào em đến.

Niềm vui đó hình như vô bờ bến,
Vẫn luân lưu chuyển động mãi không ngừng.
Cũng như em, khi trở mặt quay lưng,
Trong lặng lẽ, niềm vui liền chợt tắt.

Em yêu dấu, cuộc đời dù muôn mặt,
Nhưng thuyền mơ anh chỉ đóng một lần.
Vì đời anh yêu mến một giai nhân,
Nên không thể neo thuyền tình nghỉ mát.

Đừng khờ dại làm tim anh vỡ nát!
Bởi thế gian có một gã chung tình.
Dâng tim hồng làm chứng tích hy sinh,
Và tự nguyện lưu đày trong bể khổ.

Xin chứng giám, hỡi người tình bé nhỏ!

(Đức Phố, ngày 20 tháng 12 năm 1995)

Đời Hoa

Hoa đẹp thật, nhưng hoa đâu biết nói!
Chỉ dâng hương tô thắm đẹp cho đời
Khách mua về để ngắm nghía, nhìn chơi
Không thương tiếc khi hoa tàn, ủ rũ.

Người đâu biết khi hoa vừa kết nụ
Nhựa tràn dâng trong tinh thể khôi nguyên
Hoa yêu đời, cười mỉm, sắc hồn nhiên
Nhìn vũ trụ bằng vô vàn cảm mến.

Hoa đẹp nhất khi bướm vừa chợt đến
(Khách hào hoa với vẻ mặt chung tình
Lời ngọt ngào như giọng gã Giám Sinh)
Tim rung động, khúc khích cười bẽn lẽn.

Hoa trinh trắng, sợ bướm kia lỗi hẹn
Càng dâng hương cho bướm tỏ đường đi
Chàng bướm giàu, ăn diện thật tân kỳ
Màu sặc sỡ, dáng phong lưu, tao nhã.

Bướm thường đến, đời hoa mau tàn tạ
Bởi hương thơm đã trao hết cho chàng
Cuộc tình nồng, đời hoa phải gian nan
Chàng bướm đẹp lờ đi tìm duyên mới.

Khi người chủ vườn hoa đem kéo tới
Thì đời hoa đã nhụy rữa, hương phai!
Người chủ vườn vội chấm dứt tương lai
Đời hoa chỉ còn thân hình vô giác.

Hoa sống được dăm ngày rồi tan tác
Khách mua về đâu hiểu thấu đời hoa
Tưởng rằng hoa còn sắc đẹp mặn mà
(Hồn đã chết từ khi chàng bướm bỏ!)

(Đức Phố, 22-12-1995)

Hoa Tigone

Cúi Xuống Nhìn Dòng Sông

Cúi xuống nhìn dòng sông,
Lững lờ Bờ-Tô-Mát.[3]
Má em chợt ửng hồng,
Hồn anh càng ngây ngất!

Cúi xuống nhìn dòng sông,
Trong veo đôi mắt ngọc.
Tóc mai em bềnh bồng,
Nụ cười bay sợi tóc.

Cúi xuống nhìn dòng sông,
Tìm đời anh dưới đó.
Tìm lại thuở tuổi hồng,
Lâu rồi anh chẳng có.

Cúi xuống nhìn dòng sông,
Xứ người đang mùa hạ.
Một sáng sớm mây hồng,
Còn thơm mùi cỏ lạ.

Cúi xuống nhìn dòng sông,
Bóng em vừa chợt biến.
Cuốn theo một nỗi lòng,
Nghĩ đời càng linh hiển!

---

[3] Sông Potomac, một thắng cảnh ở thủ đô Hoa Thịnh Đốn

Cúi xuống nhìn dòng sông,
Bóng ai vờn mặt nước.
Chỉ thấy đời trôi không,
Như lời em hẹn ước.

Cúi xuống nhìn dòng sông,
A ha Bờ-Tô-Mát!
Tiễn em đi lấy chồng,
Cuộc đổi đời có khác!

Cúi xuống nhìn dòng sông,
Vẽ bàn tay năm ngón.
Một ngón vừa lấy chồng,
Nên vẽ hoài chẳng trọn.

Cúi xuống nhìn dòng sông,
Thấy nụ cười chợt méo.
Tiễn người ta lấy chồng,
Mà tim mình khô héo!

Cúi xuống nhìn dòng sông,
Mơ màng dòng Bassac...
Trút sao hết nỗi lòng,
Đã bao ngày héo hắt!

Cúi xuống nhìn dòng sông,
Tìm người quên lời hứa.
Nay em đi lấy chồng,
Đời ta đâu còn nữa!

(Đức Phố, ngày 5 tháng 8 năm 1996)

84 ❖ *Vĩnh Liêm*

Mùa Thu Lá Bay

(Thân tặng Nữ ca sĩ Kim Anh)

Nị hào má? Kỷ tố xôi?
Giọng em hát khiến lòng tôi não nùng!
Quanh đây mây trắng chập chùng,
Lá thu rơi rụng khôn cùng bâng khuâng.
Giọng buồn, lãng đãng, lâng lâng...
Thấm vào men rượu, hồn gần mà xa.
Thuở nào chung lối mơ hoa,
Mà nay em đã vắng xa cõi người!
Ôi! Mùa thu vắng tiếng cười!
Lá rơi ngập lối, chiều rơi sương chiều.
Hồn tôi hứng gió đìu hiu,
Cõi đời hiu quạnh càng nhiều xốn xang.
Hỡi ơi! Giấc mộng bẽ bàng!
Những mùa thu trước mộng tràn giấc mơ.
Đêm nay, em bỗng tình cờ,
Gợi tôi thương tích, bao giờ nhạt phai?

(Đức Phổ, ngày 10 tháng 4 năm 1998)

Tà Áo Trắng

Có phải em là tiên nữ chăng?
Mà sao phong cách giống Tiên Hằng.
Bóng em quanh quẩn trong vườn vắng,
Đôi lúc cợt đùa với bóng trăng.

Áo trắng em may đã mấy mùa?
Hình như áo ấy mới vừa mua?
Lần đầu em mặc trông vừa vặn,
Để lộ thân ngà dưới nắng trưa.

Có phải em là thôn nữ không?
Cớ sao em lại có môi hồng?
Đôi khi bẽn lẽn bên bờ dậu,
Em sợ có người sau chắn song?

Anh hỏi chân tình, em nghĩ sao?
Bao nhiêu câu hỏi có là bao!
Mai kia em lại quen người mới,
Làm nát tim anh lúc nghẹn ngào.

Tà áo em bay quyện bóng chiều,
Cợt người cô độc lúc cô liêu.
Hồn anh muốn vội toan lìa xác,
Tìm kiếm bâng quơ một dáng kiều.

Như thế cũng là đã biết mơ,
Dẫu sao tình cảm buổi ban sơ.
Như hoa mới nở trong vườn thắm,
Đã ngát hương nồng, vang tiếng tơ.

Tà áo trinh nguyên lúc buổi đầu,
Xin em gìn giữ mãi ngày sau.
Đừng cho mực tím hoen tà áo,
Giữ máu trong tim vẫn dạt dào.

Cái tuổi học trò em quá thơm,
Đừng nghe ai kể chuyện bơn lơn.
Đừng đi những lối không người tới,
Đừng để tâm tư lắng tiếng đờn.

Có thế, em là em gái ngoan,
Cuộc đời nhung lụa, cảnh giàu sang.
Đường ngay thẳng bước mà đi tới,
Đừng bận tâm chi cảnh phụ phàng.

Có phải đời anh đáng được yêu?
Một người phong nhã thích nuông chiều.
Chưa hề nghĩ tới điều mơ ước...
Sợ một ngày kia sống tịch liêu!

Sợ bóng liêu trai cứ quẩn quanh,
Sợ người yêu dấu hớp hồn anh.
Sợ nằm một xó chiêm bao mãi,
Năm tháng vùi chôn giấc mộng lành.

Cứ nghĩ em là em gái thôi,
Người em bé bỏng của tôi ơi!
Đời em là cả trời hoa bướm,
Đừng bận tâm chi tới một người!

Anh sẽ đi về một cõi xa,
Một nơi không có bóng người qua.
Để chiêm ngưỡng lúc em vừa tới,
Rồi nhập hồn anh với bóng ma.

Em chớ nghĩ suy, cứ lạnh lùng,
Cầm bằng không biết chuyện khuê cung.
Cứ vui, ươm mộng đời hoa bướm,
Quên hết lời ai hứa thủy chung.

Áo trắng em may hãy mặc thường,
Cho anh tròn giấc mộng yêu đương.
Kiếp sau anh sẽ đầu thai lại,
Để cuộc đời anh khỏi vấn vương.

(Đức Phố, ngày 6 tháng 8 năm 1996)

Cuộc Tình Hư Ảo

Cuộc tình nào vương mắc?
Cuộc tình nào sang ngang?
Cuộc tình nào trói chặt?
Cuộc tình nào ly tan?

Cuộc tình là hư ảo!
Cuộc tình là mong manh!
Cuộc tình là giông bão!
Cuộc tình thường vây quanh!

Ta mười năm khốn khổ!
Em mười năm trong tranh.
Ta đi tìm bến đỗ,
Em dấu mặt loanh quanh.

Cuộc tình đầy hư ảo,
Lôi cuốn kẻ dại khờ.
Cuộc tình đầy tàn bạo,
Cuốn hút kẻ ngây thơ.

Ta bây giờ khờ dại,
Làm đứa trẻ dại khờ.
Ôm khối tình vụng dại,
Làm đứa bé ngây thơ.

Ôi! Cuộc tình hư ảo!
Hỡi người tình ngây thơ!
Hỡi trái tim khờ khạo!
Vụng dại đến bao giờ?

(Đức Phổ, ngày 29 tháng 3 năm 1997)

Giao Cảm

Bỗng dưng tôi gặp lại người!
Bao năm xa cách đất trời dần xoay.
Gặp người, tôi nhận ra ngay,
Nụ cười e ấp – từng lay tim nồng!
Lại thêm đôi má ửng hồng,
Khiến tôi quanh quẩn trong vòng khổ đau!
Người ta mớm chuyện trầu cau,
Còn tôi chưa biết tính sao với người!
Nói ra chỉ sợ người cười,
Thôi đành câm lặng, lựa lời nói quanh!
Tình yêu nào cũng mong manh,
Lá nào giữ được màu xanh không tàn?
Tình yêu là bến đò ngang,
Tôi là dòng nước, còn nàng là sông.
Nước thì khi lớn khi ròng,
Còn sông thì vẫn một lòng sông thôi.
Sông chờ nước, nước mãi trôi,
Gặp nhau giây lát rồi xuôi về nguồn.
Đôi khi nước cuốn đi luôn,
Để sông ở lại nhớ thương đợi chờ...
Đêm nay không phải tình cờ,
Nước đi nhưng vẫn nhớ bờ bến xưa.
Ngoài trời lại đổ cơn mưa,
Như đang giao cảm tình chưa héo tàn.
Gặp nhau trong phút ngỡ ngàng,
Tìm trong ánh mắt bằng ngàn lời yêu.
Người cho tôi đã quá nhiều!
Còn tôi? Tôi chẳng nói điều chi sao?
Tôi càng nói, nàng càng đau,
Thà tôi không nói, tình trao chẳng mòn.
Lòng tôi chan chứa nước non,
Tình yêu vẫn đẹp khi còn xa nhau.

(Đức Phố, 14-6-1997)

Ta Trở Về Đây

Ta trở về đây, em biết không?
Ngày đông cô quạnh, ôi mùa đông!
Sao em không đón ta về nhỉ?
Chẳng nhẽ nay em đã lấy chồng?

Có đợi chờ ta hỡi má hồng?
Sao người hờ hững như mùa đông?
Bao năm trường đó ta biền biệt,
Ta đã xa người có nhớ không?

Ta trở về đây tìm lối cũ,
Lối nào in những dấu chân quen?
Tóc em sợi ngắn nằm trong tủ,
Con phố chưa đèn, đêm tối đen.

Ta giận đời ta càng tức tửi,
Yêu người, không giữ được người yêu!
Ta nay hồ đã già thêm tuổi,
Chợt biết tình đời cũng trớ trêu!

Ta có dăm lần thương mến em,
Mở lòng hoài vọng sống qua đêm.
Tìm ta hạnh phúc trong giây lát,
Mật đắng ta càng vương vấn thêm.

Thôi nhé! Đời ta như đã chết!
Người còn sống sót đến trăm năm.
Nhớ chôn kỷ niệm ba ngày Tết,
Và để hồn ta một chỗ nằm.

(Kiều Tử, ngày 29 tháng 1 năm 2000)

Chưa Chắc Đêm Nay
Nàng Đã Ngủ

Chưa chắc đêm nay nàng đã ngủ!
Nếu nàng hồi tưởng chuyện ngày xưa.
Cuộc tình thơ mộng mây chưa phủ,
Nhưng mối tình si đã cuối mùa.

Cũng bởi người đâu nét mặn mà,
Tuổi thơ đẹp tợ gấm thêu hoa.
Sắc, hương quyến luyến đôi tà áo,
Vóc mảnh sương mai, tấm lụa là.

Tôi kẻ si tình những gái ngoan,
Những cô gái đẹp lại vừa sang.
Càng kiêu hãnh lắm, tôi càng thích,
Để nếm tình yêu sớm phụ phàng.

Tôi chẳng thiết gì, chỉ thích yêu,
Chẳng cần ai đáp, chẳng hề kêu.
Tình yêu là thứ gì không tưởng,
Nên chỉ si mê có một chiều.

Em ạ! Vô tình em trói tôi!
Trong vòng tình ái rất lôi thôi.
Phải chi em gái là Vương hậu,
Thì cũng đành coi chuyện đã rồi!

Nhưng chuyện ly kỳ, thật trớ trêu!
Tôi người đang bám giữa cây nêu.
Trèo lên chả tới, càng không xuống,
Chẳng nhẽ tôi đây cũng muốn liều?

Thà chết cũng đành để có em!
Mình là quân tử, chẳng cần thêm.
Mai kia mốt nọ đời tơi tả,
Thì cũng hiên ngang, tớ chả thèm...

Biết thế mà đời thật oái oăm!
Làm sao tình ái trọn trăm năm?
Em đi một hướng, tôi đôi hướng,
Đêm lạ mình tôi lạc chỗ nằm.

Chưa chắc đêm nay em đã ngủ!
Em càng thao thức chỉ vì tôi.
Vì tôi thao thức nên chưa ngủ,
Nhớ chuyện ngày xưa đã thế rồi!

Tôi mong trời sáng, càng mau sáng,
Để mắt nhìn nhau cuối cuộc đời.
Dù có đau thương, dù bể cạn,
Cuộc tình lai láng lẽ nào vơi?

(Kiều Tử, ngày 19 tháng 2 năm 2000)

Tình Lụy Cho Nên
Sớm Bạc Đầu

Có phải kiếp nào ta lỡ yêu?
Mà em chẳng nói một đôi điều.
Thử xem tình ái là vi diệu,
Của kẻ si tình mới biết yêu!

Sự thật là ta kẻ tính suy,
Dại khờ, say đắm, chẳng ra gì!
Tình yêu chỉ một chiều đơn lẻ,
Mà chẳng bao giờ dám nói chi!

Rồi để tình si sớm úa tàn,
Và tình yêu lỡ cũng ly tan.
Thấy người trong mộng càng diêm dúa,
Sắc đẹp bao giờ cũng chóng tan!

Đất nước u sầu, đất nước đau,
Ta người ôm hận mối tình đầu.
Ngu ngơ không biết tình yêu dấu,
Là thứ tình gì cho khổ đau!

Rồi một ngày kia cũng thấm dần,
Dẫu ta u muội cũng lần khân.
Thì ra tình ái là ai tính,
Còn chỉ riêng mình thêm khổ thân!

Ta biết giờ này em ấm êm,
Còn ta lạc lõng giữa màn đêm.
Xứ buồn, ta cũng buồn theo xứ,
Ai-oán cho mình, ai-oán thêm!

Thôi để mình ta chuốc nỗi sầu,
Còn hơn ấp ủ mối tình đau.
Có ta cũng thế, đời ai mặc!
Tình lụy cho nên sớm bạc đầu!

(Kiều Tử, ngày 19 tháng 2 năm 2000)

Nguồn: Ibiblio.org – Khúc sông

Người Tôi Yêu Vẫn Ngọt Ngào

Bỗng dưng anh gặp lại em!
Bao năm xa cách, bao đêm lạnh lùng.
Em còn giữ được thủy chung,
Để đêm nay lại được cùng nhìn nhau.
Nhìn anh, anh đã bạc đầu!
Nhìn em, em cũng dãi dầu gió sương!
Nhưng mà anh vẫn còn thương,
Người em gái nhỏ Bình Dương năm nào.
Nhìn em, em vẫn ngọt ngào,
Con tim anh vẫn dạt dào như xưa.
Thương em, nói mấy cũng thừa,
Thà anh im lặng cho vừa lòng em!
Đêm nay, lại cũng là đêm!
Đời anh cô quạnh càng thêm lạnh lùng...
Nói đi cho bỏ nhớ nhung,
Rồi mai hai đứa ta cùng chia tay.

(Đức Phố, ngày 3 tháng 11 năm 2000)

Thức Trọn Đêm Dài

Hai giờ sáng anh vẫn còn thao thức,
Bởi chưng em đang cách nửa địa cầu.
Vì tình yêu là trái đắng nhiệm mầu,
Anh thức trọn một đêm dài thương nhớ.

Em có thấu tình ta còn dang dở,
Thì mối tình càng sâu đậm thương đau.
Vì tình đau ta mới mến thương nhau,
Tình say đắm càng mang nhiều khổ lụy!

Nên có lúc phải vờ say túy lúy,
Cho cuộc đời quên cay đắng, buồn đau!
Thức trắng đêm cho mái tóc bạc màu,
Cho suy tính càng thêm nhiều hương sắc.

Cho tình nhớ bồi hồi thêm quay quắt,
Cho tình yêu thêm bền chặt mai sau.
Dù cách xa nhưng tình vẫn gần nhau,
Không gian hẹp trong ba chiều thương nhớ.

Anh hy vọng ngày mai đời rực rỡ,
Tay trong tay ta sống nốt tuổi già.
Em vẫn còn hương sắc của muôn hoa,
Tình vẫn đậm, nồng nàn hơn thuở trước.

Yêu đắm đuối – tình yêu không mực thước,
Yêu say mê – tình mới thật mê say.
Yêu vì đời càng say đắm, ngất ngây,
Vì mấy thuở tình yêu còn hiện hữu.

Yêu như thế mà vẫn còn chưa đủ!
Yêu say mê mà em vẫn làm ngơ!
Em ơi em! Anh tha thiết mong chờ,
Ngày sum họp cận kề trong gang tấc.

Em hãy nói lòng em lời chân thật,
Ngày sau cùng em quyết định đời em.
Đừng nói gì ngoài tiếng gọi con tim,
Tình yêu dấu đã tròn hai thế kỷ!

Đừng dập nát tim anh bằng huyền bí!
Hãy mở lời bằng nhịp thở con tim!
Hãy lắng nghe thầm kín của lòng em,
Thì hương sắc mới hòa cùng nhịp điệu.

Anh khờ dại tin em – Em-huyền-diệu!
Mở cửa lòng cho anh bớt cơn say.
Kẻo anh đành lại thức trắng đêm nay,
Ngồi tưởng nhớ một bóng hình xa tít.

Yêu là nhớ, là thương yêu vung vít.

(Đức Phố, ngày 11 tháng 12 năm 2000)

Nói Sao Cho Trọn Tình Tôi Với Nàng

Tháng năm đối bóng lạnh lùng,
Ta nghìn đêm lẻ thức cùng đêm đen.
Thức hoài ta cũng đã quen,
Thức thêm đêm nữa cùng em cũng thừa.
Thức bao đêm nữa cho vừa?
Thức đêm, anh thấy đời chưa đêm tàn!
Thức cho đêm thấy mộng vàng,
Thức cùng đêm tận suối ngàn... thức luôn!
Thức cùng nhìn thấy mưa tuôn,
Thức bao đêm vẫn cách muôn nghìn trùng!
Bao giờ còn giữ thủy chung,
Thì anh vẫn hẹn thức cùng với đêm.
Tình ta chẳng được gần thêm,
Thì thôi! Anh vẫn cùng đêm lạnh lùng!

(Đức Phố, ngày 3 tháng 11 năm 2000)

Anh Chợt Thấy
Nụ Cười Em Hiển Hiện

Anh chợt thấy nụ cười em hiển hiện,
Vẫn nụ cười của lứa tuổi đôi mươi.
Hai mươi năm anh thiếu vắng nụ cười,
Làm sống lại một khung trời kỷ niệm.

Kỷ niệm ấy của một thời huyền nhiệm,
Anh vẫn còn âu yếm nó trong tay.
Nay không ngờ nó lại trở về đây,
Trong ký ức của một thời yêu dấu.

Anh khổ sở trong những ngày phấn đấu,
Để nó còn sống mãi với tim anh.
Kỷ niệm thời tuổi trẻ của màu xanh,
Niềm hy vọng vô vàn lời thương mến.

Em không hẹn mà nay em lại đến,
Ngọn gió nào chỉ lối để em đi?
Gặp nhau à? Còn lưu luyến làm chi?
Cho đau khổ khi cuộc tình dang dở!

Trong ánh mắt em nụ cười rạng rỡ,
Khiến anh càng bối rối dắt tay em.
Ừ, bây giờ mình kể chuyện trong đêm,
Vai sánh bước vào con đường tình ái.

Yêu say đắm càng thêm nhiều khổ hải,
Nhưng cuộc đời ta trót lỡ thương nhau.
Vì cuộc đời nên hứng chịu khổ đau,
Trong đau khổ có nẩy mầm hạnh phúc.

Tình sâu đậm, nồng nàn hơn mọi lúc,
Bởi nụ cười em hiển hiện y nguyên.
Mùi hương nồng càng quyến rũ thêm duyên,
Anh ngây ngất, đắm say từng giây phút.

Xin cảm tạ đời cho niềm hạnh phúc!

(Đức Phố, ngày 11 tháng 12 năm 2000)

Nguồn: Tienghatquehuong.net – Đàn Tranh

Đời Vẫn Còn Nhiều Mơ Tưởng

Có nhiều lúc mơ tưởng người trong mộng,
Muốn điên cuồng như vỡ nát buồng tim.
Sao đời ta cứ vẫn phải vờ im,
Trong héo hắt mà bên ngoài tươi tỉnh!

Rồi có lúc chẳng đắn đo, suy tính,
Gọi tên em cho đỡ nhớ đỡ thương.
Tình u sầu nên còn mãi vấn vương,
Hình với ảnh, ảnh hình đang nhảy múa.

Em thong thả cuộc đời trong nhung lụa,
Anh bâng khuâng sống cuộc sống đa đoan.
Em vẫn còn là cô gái hiền ngoan,
Anh sống bạo như một chàng hiệp sĩ.

Đã tới lúc anh không còn ủy mỵ,
Muốn vươn ra khỏi cái tháp ngà xưa.
Để rong chơi thong thả dưới cơn mưa,
Nghe buốt giá len vào tim từng chập.

Em đừng vội cười anh cho khỏa lấp
Những niềm đau còn ẩn núp trong tim.
Bấy lâu nay em cứ mãi đi tìm,
Một đóm lửa để soi niềm hy vọng.

Đóm lửa ấy đã tàn trong tuyệt vọng,
Em đâu còn con gái tuổi đôi mươi!
Anh chẳng còn trai trẻ lúc yêu đời,
Cả hai đứa đều nửa đời hương phấn!

Ta còn lại một mối tình vương vấn,
Một con tim còn ấp ủ cơn mơ.
Một niềm đau trong giây phút mong chờ,
Còn lưu luyến cho đến ngày nhắm mắt.

Niềm ân hận khi tình yêu lịm tắt,
Cửa quan tài khép lại nốt đời ta.
Vì tình yêu không tính được tuổi già,
Nó vẫn sống ở một nơi nào khác.

Tình yêu dấu cũng không cần ghi tạc,
Nó mãi còn hiện hữu với thời gian.
Em yêu ơi! Tình thân ái vô vàn!
Đừng phụ rẫy, càng mang nhiều khổ lụy!

Anh ngưỡng mộ và vô cùng cổ xúy,
Một mối tình sâu đậm với thời gian.
Dù yêu anh hay em nỡ phụ phàng,
Anh vẫn mến, tưng tiu từng giây phút.

Vẫn mơ tưởng đời anh còn hạnh phúc!

(Đức Phổ, ngày 15 tháng 12 năm 2000)

Sao Ta Còn Mãi Khối Tình Đau

Vì hệ lụy nên tình còn vương vấn,
Để cho đời hương vị chút chua cay.
Vì yêu đời, ta cuồng vọng loay hoay,
Tình với ái, ái với tình khăng khít.

Em từng nói: "Tình chúng mình mờ mịt,
"Sao anh còn lưu luyến để làm chi?
"Vì yêu em, anh chẳng được lợi gì!
"Tình tuyệt vọng sẽ vô cùng cay đắng!"

Lời em nói là những lời nói thẳng,
Tự đáy lòng, từ khối óc, buồng tim...
Anh vờ nghe trong tư thế nằm im,
Niềm xúc động dâng tràn trong thể xác.

Anh biết thế! Em làm sao nói khác!
Em khổ tâm, lòng đau đớn vô ngần.
Anh yêu em nên khổ sở phân vân,
Sợ tình ái làm tinh thần điên đảo.

Anh vẫn biết tình yêu là khổ não,
Là lưu đày, là bản án chung thân.
Vì lỡ yêu nên anh chẳng ngại ngần,
Yêu chết bỏ cho cuộc đời thú vị.

Yêu say đắm để đời còn huyền bí,
Để niềm mơ còn phảng phất trong đêm.
Để mỗi ngày anh lại nhớ tên em,
Cho cuộc sống còn thêm niềm gắn bó.

Ta còn mãi khối tình đau đâu đó!

(Đức Phố, ngày 16 tháng 12 năm 2000)

Nhìn Đôi Mắt Sáng Ngời
Viên Ngọc Qúi

Nhìn đôi mắt sáng ngời viên ngọc qúi,
Khiến lòng anh phải mở hội hoa đăng.
Em sáng tươi như hình ảnh chị Hằng,
Càng yểu điệu như một nàng thục nữ.

Anh sống lại một vùng trời quá khứ,
Tưởng như mình đang lạc lối thiên thai.
Thời đại này anh chẳng giống một ai,
Cứ mơ tưởng một bóng hình ai đó!

Vừa tỉnh giấc nên anh không nhớ rõ,
Hoàn cảnh nào anh hân hạnh gặp em.
Bằng cách nào em đánh cắp con tim,
Của một gã đang vô cùng cô độc?

Sống như chết trong cõi đời ô trọc,
Anh bằng lòng chấp nhận mọi hy sinh.
Nếu mai sau anh có lụy vì tình,
Không ân hận vì em là sức sống.

Em cứ tỉnh bơ đi, đừng dao động,
Anh lại càng thương mến, lại càng mê!
Đừng ngại chi! Anh chiều chuộng, vỗ về,
Là cố ý tròng em vòng tình ái.

Để hai đứa chúng mình yêu nhau mãi,
Để đời anh còn thấy được niềm vui.
Kẻo mai sau anh từ giã cõi đời,
Không ân hận rằng mình khờ khạo quá!

Em quyến rũ đời anh bằng phép lạ,
Cả cuộc đời anh dâng hết cho em.
Nhốt anh vào trong phòng kín hằng đêm,
Để chiêm ngưỡng một thân hình ngà ngọc.

Nhớ em lắm! Từ mùi hương, mùi tóc,
Dáng em nằm như Vệ-nữ Kim-tinh.[4]
Anh chẳng cần phải suy nghiệm duy linh
Cứ tận hưởng những phút giây mầu nhiệm.

Anh phải sống nốt cuộc đời hung hiểm,
Để ôm em nằm gọn một vòng tay.
Dù cuộc đời có nhạt nhẽo, tàn phai,
Nhìn đôi mắt sáng ngời viên ngọc qúi.

(Đức Phố, ngày 17 tháng 12 năm 2000)

---

[4]   Pho tượng nằm khỏa thân Venus Victorious của điêu khắc gia
      Antonio Canova, người Ý, tạc năm 1808, hiện đặt tại bảo tàng
      viện Galleria Borghese, La Mã. Venus Victorious chính là
      Pauline Bonaparte Borghese, em gái của Napoléon Bonaparte.

Anh Vẫn Còn Lại
Nửa Cuộc Đời Em

Nhớ đêm ấy em đã từng thỏ thẻ,
Dặn anh rằng gắng đợi một thời gian.
Em trả xong cái món nợ trần gian,
Thì lúc ấy sẽ cùng nhau sum họp.

Mưa rả rích, lòng anh càng hồi hộp,
Chán cuộc đời tay trắng vỗ tay không.
Có lẽ nào cuộc sống mãi long đong,
Mà hy vọng ngày mai trời lại sáng!

Nghe em nói khiến lòng anh ngao ngán,
Nghĩ cuộc đời như dòng nước trôi xuôi!
Chả ngày nào anh được phút thảnh tơi,
Để tận hưởng những phút giây hạnh phúc.

Em lại nói con sông còn có khúc,
Thì cuộc đời có lúc hết gian nan.
Em nhàm tai nghe hai tiếng phụ phàng,
Anh đã nói và vẫn còn nói mãi!

Anh xin hứa từ nay không nhai lại,
Những điệp từ nghe buồn chán làm sao!
Vì yêu em, anh có lúc tự trào,
Yêu cho bỏ những tháng ngày cô độc.

Em yêu dấu! Đừng yếu lòng vội khóc,
Cứ coi rằng tình ái nhẹ như bông.
Có nó rồi mất nó cũng như không.
Khi ngoảnh lại cuộc đời buồn tẻ ngắt!

Anh biết thế mà vẫn còn quay quắt,
Nhớ thương em trong giấc ngủ chập chờn.
Tay vẫn sờ tìm lại những môi hôn,
Trên khuôn mặt đã già hai thế kỷ.

Yêu đắm đuối một mối tình ủy mỵ
Anh vẫn còn lại nửa cuộc đời em.
Để anh còn được nhìn thấy hằng đêm,
Nằm tâm sự cho vơi niềm thương nhớ.

(Đức Phố, ngày 21 tháng 12 năm 2000)

Tình Tuyệt Diệu

Tình tuyệt diệu – nỗi sầu càng se sắt,
Tình vấn vương – lòng quặn thắt tim đau.
Tình si mê – càng khổ lụy vì nhau,
Tình tuyệt vọng – nỗi buồn cao chất ngất.

Ta biết thế mà không ngừng chụp bắt,
Một mối tình tuyệt diệu lắm chua cay.
Tình si mê qua bao tháng năm dài,
Tình tuyệt vọng cả hai cùng đau khổ.

Yêu say đắm càng thêm nhiều ái ố,
Cứ buộc ràng vòng khổ lụy vào thân.
Vì si mê chẳng còn biết phân vân,
Tình luyến ái là con đường tẩm mật.

Ta ham sống vì những lời thân mật,
Rót vào tai từ những buổi đầu tiên.
Lời ngọt ngào, âu yếm của nàng tiên,
Làm mê mẩn tâm thần chàng hiệp sĩ.

Khi hồi tưởng càng thấy đời thú vị,
Thật không ngờ tình ái rất nồng cay!
Nên cuộc đời ta cứ mãi loay hoay,
Khi chộp bắt, khi hững hờ, lãnh đạm...

Tình tuyệt diệu! Sao đời ta sầu thảm!
Em yêu ơi! Hãy cứu vớt đời ta!
Đừng để ta phải sống kiếp tuổi già!
Da nhăn nhó, lưng còng, chân run rẩy.

Yêu cuồng nhiệt! Đừng bao giờ phụ rẫy!
Vì cuộc đời đã ngắn, lại càng mau!
Thú vị gì khi trăm tuổi bạc đầu!
Chỉ nhìn ngắm, tiếc cuộc đời vô vị!

Yêu đắm đuối nên ta càng ích kỷ.

(Đức Phố, ngày 22 tháng 12 năm 2000)

Nguồn: TT/Cochinchine – Hòn đảo đước xanh Vũng Tàu

Anh Đã Nhìn Thấy Em

Bằng ơi! Đừng có quá lời!
Anh đây cũng đã nhìn người không ra!
Bao năm mình đã cách xa
Nên nhìn không rõ, tưởng là ai đâu!
Nhìn người, anh phải nhìn lâu,
Thì ra em vẫn trước sau là Bằng!
Nhờ em còn giữ chiếc khăn,
Quàng trên chiếc cổ đêm trăng thuở nào.
Nhìn em vóc dáng tiêu hao,
Lòng anh chợt thấy nghẹn ngào, bâng khuâng.
Nhìn em cứ mãi phân vân,
Làm sao nói được nỗi ân hận này!
Bàn tay đang nắm bàn tay,
Buông ra sợ vỡ, nào ai hiểu mình!
Hoa đăng, đèn cũng si tình,
Phố phường xa lạ, lòng mình ngổn ngang.
Đêm nay thu cũng vừa tàn
Hạt mưa hay giọt lệ tràn hoen mi?
Nhìn nhau chẳng nói được gì!
Thì thôi! Em chớ sầu bi, đau buồn!
Ngoài trời hứng giọt mưa tuôn,
Lòng anh cũng đã mưa nguồn xoáy quanh!

(Đức Phố, ngày 3 tháng 1 năm 2001)

Hồi Âm

Bằng ơi! Chẳng phải chiêm bao,
Đó là sự thật từ bao lâu rồi!
Anh đây lòng luống bồi hồi,
Gặp em trong mộng thấy đời lên hương!
Mộng đây là mộng bình thường,
Đã bao năm vẫn còn vương trong lòng!
Anh vì nặng nợ núi sông,
Đành xa em để trả xong nợ nhà.
Bây giờ cuộc sống thăng hoa,
Nhưng đời anh lại hóa ra bàng hoàng!
Em nào đành nỡ sang ngang,
Còn anh chẳng cố ý sang đò người!
Đôi ta lỡ khóc lỡ cười,
Tình duyên chẳng trọn, cuộc đời dở dang.
Bây chừ gặp gỡ bên đàng,
Cũng đành cười mỉm, dịu dàng bắt tay.
Vì đau nên phải nồng cay,
Nhưng tình chan chứa, lòng say vì tình.
Nào ai hiểu chuyện chúng mình,
Mà đem bày tỏ chuyện tình của nhau!
Bao giờ còn bắc nhịp cầu
Tình yêu vẫn đậm nét mầu thời gian.
Bằng ơi! Đời vẫn chưa tàn,
Thì đừng nhắc chuyện phũ phàng làm chi!
Hãy cười lên! Hãy vui đi!
Đây là sự thật, chẳng vì chim bao!
Ngày mai anh sẽ đến trao,
Tặng em kỷ vật thuở nào yêu em.

(Đức Phố, ngày 2 tháng 2 năm 2001)

Mối Tình Điện-Toán

Thời Tiểu học, Điện [5] cùng tôi chung lớp,
Nàng dễ thương, mái tóc xõa đuôi gà.
Tôi yêu nàng vì mùi tóc, làn da,
Người đã đẹp, lại mặn mà hấp dẫn!

Khi điện trở [6], tôi vô cùng ân hận,
Sợ phật lòng người đẹp bỏ tôi đi.
Bàn tay tôi mềm yếu rất ít khi
Sờ tới điện [7] – chạm thân hình ngà ngọc.

Nàng cười rũ, trong lòng tôi muốn khóc,
Điện giật người làm run rẩy châu thân.
Nàng thản nhiên, tôi kinh ngạc vô ngần,
Điện phớt tỉnh còn tôi thì ngây dại.

Xong Tiểu học, tôi đi, nàng ở lại,
Nơi tỉnh thành tôi gặp Toán [8] làm thân.
Toán và tôi dù xa mấy cũng gần,
Mỗi tuần lễ có bốn giờ cho Toán.[9]

Tôi e ngại, phập phồng lo tính toán,
Giải không xong bài toán bị cồng-sinh.[10]
Toán và tôi càng quyến luyến, thân tình,
Tôi khổ sở "gạo bài" mà chưa thuộc!

Toán [11] không phải là phương trình [12]giản lược,
Muốn hiểu nàng, tôi phải học nhiều cơ!
Vì nhân, chia, trừ, cộng... quá đơn sơ,
Thuộc hàm số [13]mới là điều chân lý.

---

[5] Tên người đẹp
[6] Resistance
[7] Dòng điện
[8] Tên người đẹp
[9] Nghĩa đen: Toán học
[10] Consigne: Bị phạt
[11] Nghĩa đen: Toán học
[12] Equation

Toán [14] không hẳn là người tình uỷ mị,
Vì sau nàng thường có kẻ thập phân.[15]
Là trai tơ, tôi chẳng biết ngại ngần
Cứ yêu Toán [16] thì phương trình giải được.

Vì thời cuộc làm cho tôi mất nước,
Ở xứ người Điện-Toán [17] phải dùng luôn.
Những phần mềm, phần cứng [18]... đã vào khuôn,
Tình với tứ không còn biên giới nữa.

Yêu Điện-Toán [19] nên cuộc đời chan chứa,
Những Cô-Bồ, Ô-Rắc, Ếch-Cu-Eo [20]...
Có nhiều đêm chổng cẳng ngủ chèo queo,
Khi tỉnh giấc, chợt kinh hoàng, ngao ngán...!

Tình yêu hỡi! Ôi mối tình Điện-Toán! [21]
Ta vì mi mà khổ sở cuộc đời!
Có bao giờ ta được phút thảnh thơi,
Để hồi tưởng lại mối tình Điện, Toán.[22]

Bằng người thật của thời ta loạng choạng,
Mới chớm yêu, chưa biết ngỏ lời yêu.
Ngày hôm nay khi tuổi đã xế chiều,
Sực nhớ lại hai nàng thì đã muộn!

(Đức Phổ, ngày 9 tháng 3 năm 2001)

---

[13]   Function
[14]   Nghĩa đen: Toán học
[15]   Decimal
[16]   Nghĩa đen: Toán học
[17]   Computer
[18]   Software, hardware
[19]   Computer
[20]   COBOL, Oracle, SQL
[21]   Computer science
[22]   Tên người đẹp

Vẫn Thấy Người Xưa
Còn Đẹp Mãi

Vẫn thấy người xưa còn đẹp mãi,
Nụ cười, ánh mắt vẫn y nguyên.
Dáng đi, giọng nói còn thân ái,
Ôi mát làm sao suối tóc huyền!

Vẫn thấy người xưa còn lưu luyến,
Khối tình yêu dấu thuở thần tiên.
Vẫn còn ghi nhớ lời đưa tiễn,
Thà cách xa nhau chẳng lụy phiền.

Vẫn thấy người xưa còn chân thật,
Còn mang quá khứ giấu trong tim.
Còn chôn kỷ niệm trong lòng đất,
Nơi có đồi sim cũng dễ tìm.

Vẫn thấy người xưa còn đẹp mãi,
Mặc dù năm tháng đã trôi qua.
Vẫn còn êm ái lời thơ dại,
Như thuở hồn nhiên tuổi ngọc ngà.

Ngày ấy tôi si tình quá đỗi,
Vì em mười tám tuổi trăng tròn.
Những khi nũng nịu, khi hờn dỗi,
Đắm đuối, tôi thèm những nụ hôn.

Vẫn thấy người xưa còn đẹp mãi,
Vì em cướp mất cuộc đời tôi.
Dù không duyên nợ, tình ngang trái,
Nhưng bóng hình em chẳng thể rời.

(Đức Phổ, ngày 22 tháng 8 năm 2001)

Thu Của Lòng Tôi

(Tặng Thu, Long Xuyên)

Thu ơi! Ngày ấy em còn nhớ?
Anh quá si tình! Em biết không?
Nhìn em ngây ngất bờ môi đỏ,
Sợ lúc tin em đi lấy chồng!

Thu ơi! Anh chẳng là quân tử!
Sợ cả khi em nũng nịu buồn.
Anh lo lắng quá khi tình tứ,
Ngay cả khi em tặng chiếc hôn.

"Cái tôi đáng ghét" em nhìn thấy,
Sao chí nam nhi sớm lụy tình?
Em thơ ngây quá! Đời xôi đậu,
Chớ để lầm đường, bẩn tiết trinh!

Mãi lo những chuyện chẳng vào đâu!
Tình của đôi ta cũng vướng sầu.
Em vẫn là Thu ngày hai buổi,
Còn anh lưu luyến với con tầu.

Tầu anh tách bến rời đơn vị,
Chẳng kịp chia tay với mỹ nhân!
Vẫn nhớ cuộc tình đầy thi vị,
Đã có đôi khi chuyện rất gần.

Tàu anh tách bến thêm lần nữa,
Đi đến phương trời xa thật xa.
Chẳng ước mà xa rời đất hứa,
Nghìn năm còn thấy được quê nhà?!

Giờ đây anh đã thêm đời vợ,
Nếu kể thêm em đủ mấy đời?
Cả hai ta đã đều dang dở,
Chớ có u sầu, lưu luyến thôi!

(Đức Phố, ngày 6 tháng 9 năm 2001)

Nguồn: TT/Cochinchine – Hoa sứ Vũng Tàu

Người Đẹp Tân Châu

Hóng gió Tân Châu thật mát lòng!
Tôi giang hồ vặt khắp Tây Đông.
Đôi khi nổi hứng lên Châu Đốc,
Ghé lại Tân Châu giũ bụi hồng.

Bụi hồng bám mãi kiếp nam nhi,
Tìm mãi bóng hồng chẳng thấy chi.
Lỡ độ đường xa vui cạn chén,
Gặp bè gặp bạn cũng nhâm nhi.

Tân Châu nước đổ, lòng khoan khoái,
Cá vẫy đuôi cong thật nhịp nhàng.
Tôi chợt nhớ thương người con gái,
Đưa đò, đưa cả kiếp hồng nhan.

Tôi đi tôi đến không hò hẹn,
Như kiếp bèo trôi chẳng bến bờ.
Em cũng âm thầm, lòng e thẹn
Khi tình chan chứa giữa cơn mơ.

Cơn mơ hụt hẫng đã bao lần,
Thân phận hồng nhan thêm khổ thân.
Cái khổ Thúy Kiều em có đủ,
Tôi làm Từ Hải cũng phân vân.

Đất nước tang thương, người bỏ xứ,
Tôi đành chấp nhận kiếp lưu vong.
Ở lại Tân Châu thay đổi chủ,
Bao giờ em thoát kiếp long đong?

Tôi mong gặp lại người tri kỷ,
Cảm tạ tình em chốn bụi hồng.
Dù có sang giàu nơi xứ Mỹ,
Vẫn còn ơn nghĩa với non sông.
(Đức Phố, 07-09-2001)

Xin Gửi Lời Chào Biệt Ly

(Tặng Thu, LX)

Sáng nay mưa rất nhẹ nhàng,
Bồi hồi tưởng nhớ An Giang thuở nào.
Mùa xuân mưa đẹp làm sao!
Như em gái nhỏ má đào hây hây.
Chợt nhìn tôi bỗng ngất ngây,
Muốn hôn em, sợ Mẹ rầy Cha la.
Thôi thì kiếm chuyện đi xa,
Tung tăng hai đứa, Mẹ Cha chẳng buồn.
Về nhà em cáo bệnh luôn,
Tơ duyên sắc thắm, lạch nguồn đã thông.
Nhờ ai mai mối tơ hồng,
Chọn ngày tháng tốt vợ chồng đẹp đôi...

***

Thế rồi vận nước nổi trôi,
Anh đi biền biệt, cuộc đời lưu vong...
Còn em giờ đã có chồng,
Chẳng cần mai mối, tơ hồng vẫn xe.
Chúc em gia thất yên bề,
Kiếp sau nhớ giữ lời thề cho nhau.
Mặc dù tim cũng nhói đau,
Nhưng thôi! Xin gửi lời chào biệt ly!

(Đức Phổ, 16-3-2002)

Lời Cuối Cho Em

Vũ trụ này như đang hết quay!
Bàn tay không nắm trọn bàn tay.
Con tim hấp hối, toan ngừng đập
Giây phút lâm chung ở cõi này!

Mắt biếc ngày xưa quyện lối đi.
Ngày nay còn tiếc nuối làm chi!
Em ơi! Dương thế còn mang nặng,
Món nợ trần gian chửa vẹn thì...

Ô hay! Mạch thở còn thoi thóp,
Chờ bóng tử thần đến tiễn đưa.
Một phút gần nhau giờ sum họp,
Đừng nói gì thêm, nói cũng thừa!

Quanh ta đất lạnh, trăng sao lạnh,
Dương thế dường như cũng lạnh lùng!
Em nói gì thêm lời bất hạnh?
Cho người trong phút cuối lâm chung?

Vũ trụ này như mãi miết quay!
Ta đang tỉnh giấc sau cơn say.
Em ơi! Nhịp thở còn thoi thóp...
Vì quá yêu em mới thế này!

Hãy nói những gì em nghĩ suy,
Những điều chưa tiện... nói ra đi.
Nói đi! Nói cả lời gian dối,
Để thế gian này hết thị phi.

(Đức Phố, 24 tháng 5 năm 2002)

Chuyện Tình Bốn Mươi Năm

(Tặng Thu, LX)

Thu ơi! Ngày ấy qua rồi!
Mà sao vẫn nhớ, bồi hồi, thân thương!
Phải chăng vì chữ yêu đương
Nên anh còn mãi vấn vương chuyện tình?
Còn chăng là chuyện chúng mình
Sao em đành nỡ phụ tình yêu xưa?
Thu ơi! Đời vẫn lọc lừa
Nên tình yêu chẳng đẹp vừa lòng nhau!
Ôi thôi! Chuyện cũ sầu đau
Nhắc làm chi nữa khiến nhau khổ sầu!
Ô hay! Cái mối tình đầu!
Dệt nhiều mơ mộng – Nỗi sầu thế gian!
Nhớ em, lệ nhỏ đôi hàng.
Bốn mươi năm lẻ đầy trang sử buồn.

(Đức Phổ, 27/7/2003)

Morning to School, Huế, Vietnam_ '07

Nguồn: Nguyễn Thị Lệ Liễu – Đến trường

PHỤ BẢN NHẠC

CHÂU ĐÌNH AN
Mộ Tình
Em Có Bao Giờ Thấy Tuyết Rơi
VŨ THÁI HÒA
Xin Em Một Nụ Cười
TRẦN LÃNG MINH
Thuyền Tình
Tình Xa Xứ
VÂN KHANH
Mời Em Bước Xuống Thuyền Tình
LINH PHƯƠNG
Cuộc Tình Hư Ảo
NGUYỄN TUẤN
Cúi Xuống Nhìn Dòng Sông

Mộ Tình

Thiết tha, ray rứt

Thơ: VĨNH LIÊM - CHÂU ĐÌNH AN soạn thành ca khúc

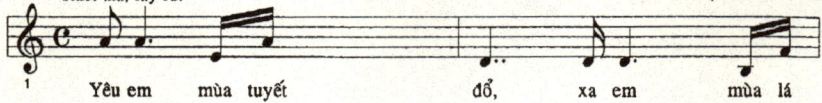

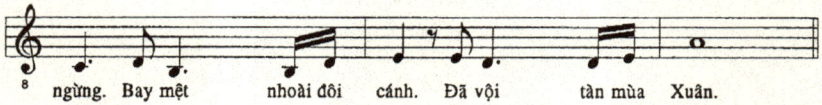

Yêu em mùa tuyết đổ, xa em mùa lá

rơi. Thương cuộc tình đau đớn, nỗi buồn này khôn nguôi.

Anh loài chim cô quạnh. Bay mãi miết không

ngừng. Bay mệt nhoài đôi cánh. Đã vội tàn mùa Xuân.

Anh loài rong biển mặn, Trôi dật dờ đáy

sâu Có khi nào biển lặng. Cho thuyền về bến mau.

Anh vầng mây vô định. Trôi dạt bốn phương

trời. Khi tàn theo gió lốc, khi biến thành mưa rơi.

Anh còn đây hơi thở, và một trái tim

hồng, xin em đừng đập vỡ. Anh sợ lắm mùa đông.

Anh còn đây đôi mắt, luôn dõi bước chân

em, xin em đừng cúi mặt. Cho anh được gọi tên.

Anh còn đây kỷ niệm. Những vết chém hư

vô, những lời tình ngọt lịm. Giòng lệ khó phai mờ.

Anh đi tìm đất hứa, đào một cái huyệt

sâu, chôn cuộc tình hai đứa, để ta đừng xa nhau./ -

Em Có Bao Giờ Thấy Tuyết Rơi

Thơ: VĨNH LIÊM
CHÂU ĐÌNH AN phổ nhạc

(INTRO . . . . . .

Em có bao giờ thấy tuyết rơi dịu dàng ẻo lả giữa từng
trời Phất phơ sắc trắng trong hơi lạnh Buông thả thân ngã xuống khắp
nơi Em có bao giờ thấy tuyết chưa Tim anh lạnh giá đến bao
giờ Đốt than chẳng ấm lòng anh được Mặc áo len dày cũng hóa
thừa Em ước một lần thấy tuyết rơi Một lời ao

126 ❖ *Vĩnh Liêm*

ước rất xa xôi   Anh đâu hy vọng mà mơ màng   Đợi tuyết đi

trong nỗi ngậm ngùi   Anh suốt năm buồn ngắm tuyết

rơi ngậm ngùi thương xót kiếp làm người   Suốt năm suốt tháng anh cô

độc tay ngọc đâu còn ôi những đêm   Anh có đâu ngờ oan trái

xưa   Bao nhiêu lời hứa vẫn chưa vừa   Tuyết rơi trắng xóa lòng hiu

quạnh   Đường vắng em về ai đón đưa   đường vắng em về ai đón

đưa   đường vắng em về ai đón đưa

© 1983

XIN EM MỘT NỤ CƯỜI

* Thơ: VĨNH LIÊM
* Soạn thành Ca Khúc: VŨ THÁI HÒA

① ② ③ Nắng lên cho má Em hồng, Cho tình ngây ngất, cho lòng mê say. Cửa

đời rộng mở hôm nay, Đón Em bằng trọn vòng tay đợi chờ. - Kiếp

① nào, Ta lỡ hẹn hò - Kiếp này, Ta được hôn

bờ môi quen. Mỏi mòn theo dấu chấm chim.

Bao năm lưu lạc, Mong tìm người xưa. (Nắng...)

② (Chờ.) Em ơi! Biết nói sao vừa, Gom mấy kết gió

Cũng chưa đầy lời - Chỉ xin Em một nụ cười,

nở trong đôi mắt, Tuyệt vời yêu thương. (Nắng...)

③ (Chờ.) -Nắng lên cho má Em hồng -Nắng lên cho má Em hồng xinh xinh./.

Thuyền Tình

*Thơ Vĩnh Liêm * Trần Lãng Minh phổ nhạc (15/10 80)*

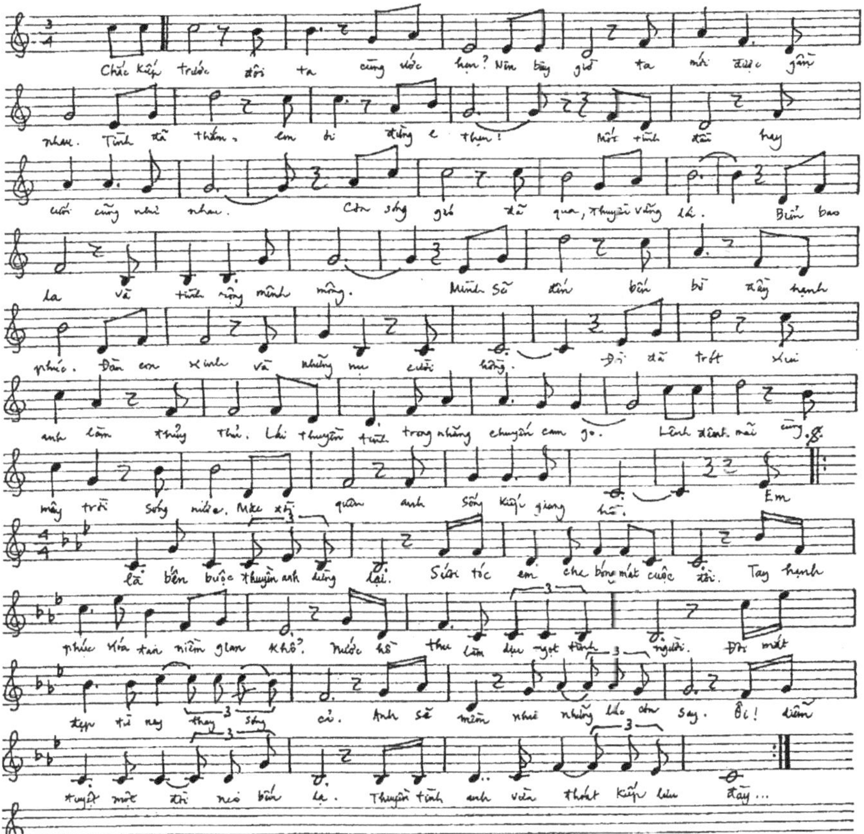

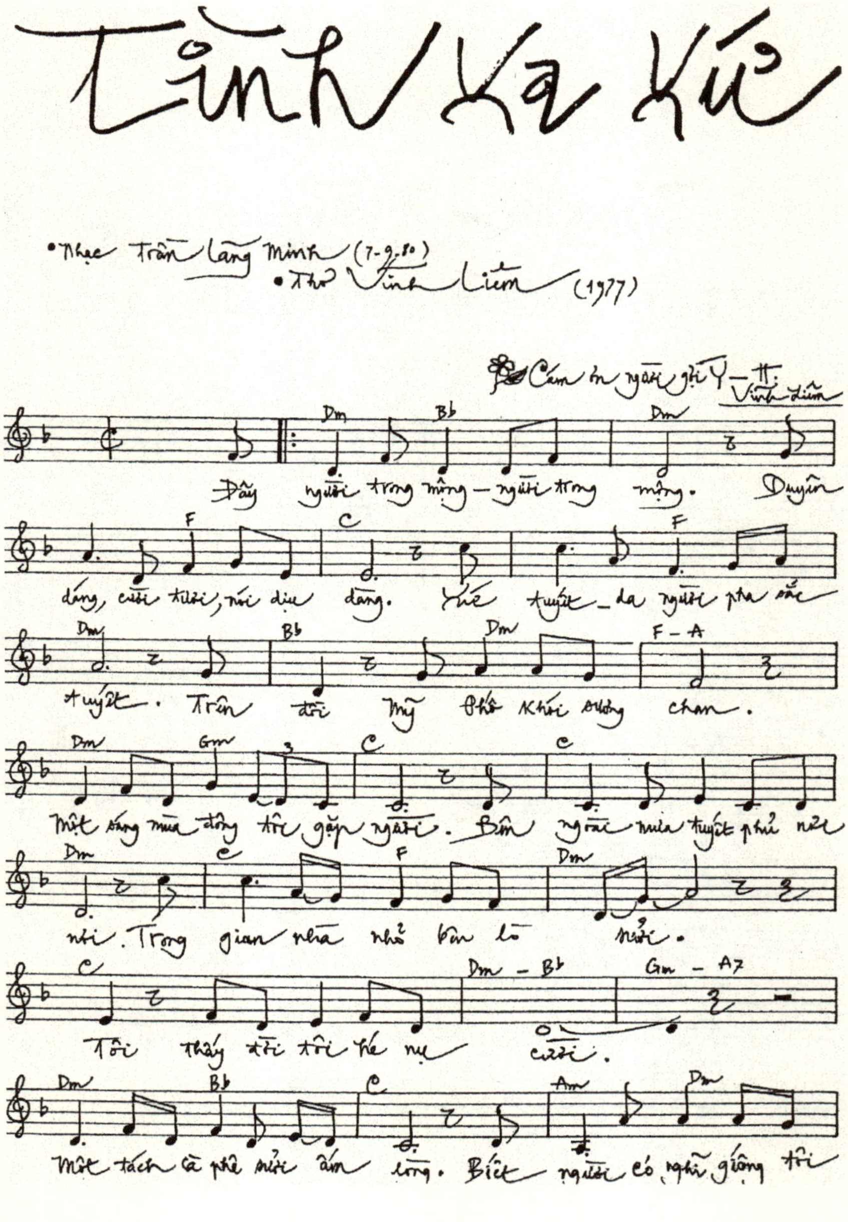

Không? Tháng năm cô độc toan thành khói.
Hòa tiếng reo vui của bếp hồng.
Em ở quê Bình_xé trái cây. Quê hương sống lại sáng hôm
nay. Khói, tình xa xứ ngời lên mắt.
Nhìn má em hồng, tôi ngất ngây!
Đây trái tim yêu nửa mảnh đời. Chỉ giành riêng tặng cho em
thôi! Đây hồn cô độc trao em nốt.
Nhập với hồn em: một cuộc đời. Nhập với hồn em: một cuộc
đời. Nhập với hồn em: một cuộc đời.

MỜI EM
bước xuống thuyền tình

Rumba - Bolero

Thưa em, thuyền đã tới bở. Vòng tay nồng - ấm đợi chờ bấy lâu. Xin em bước xuống thật mau. Thuyền anh vừa lúc đẹp màu ái - ân. Bước chân chim xin chớ ngại-ngùng, cho anh tính

Thi khúc : **VĨNH LIÊM**

Nhạc-khúc : Vân Khanh

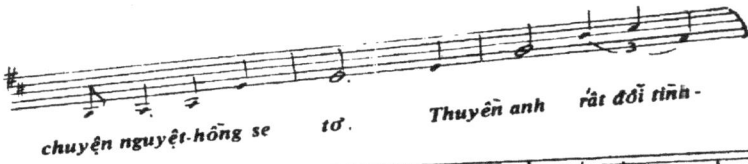

chuyện nguyệt-hồng se tơ. Thuyền anh rất đỗi tình-
cờ, bao năm phiêu - bạt, lòng hỡ-hững quên. Mỗi
em bước xuống thuyền quen. Chở em thêm chuyến lênh-đênh trên biển
tình. Hôm nay chỉ có đôi - mình. Năm sau thêm
đứa con xinh tuyệt - vời.

Thơ Vĩnh Liêm
Nhạc Linh Phương
Cuộc Tình Hư Ảo
BALLAD
Cuộc tình là hư ảo. Cuộc tình là mong manh cuộc tình là giông
bão, cuộc tình thường vây quanh, cuộc tình nào vướng mắc, cuộc tình nào sang
ngang, cuộc tình nào trói chặt cuộc tình nào ly tan
Ta mười năm khốn khó. Em mười năm trong thanh. Ta đi tìm bến đỗ.
Em đâu mãi loanh quanh. Cuộc tình đầy hư ảo. Lôi cuốn kẻ dại
khờ. Ta bây giờ khờ dại. Làm đứa bé ngây thơ. Ôi cuộc tình hư ảo.
Hỏi người tình ngây thơ. Hỏi trái tim khờ khạo. Vụng dại đến bao
giờ.

Cúi Xuống Nhìn Dòng Sông

Nhạc: NGUYỄN TUẤN   Lời: Thơ VĨNH LIÊM

Cúi xuống nhìn dòng sông Lững lờ Po - to - mac Má em chợt ửng hồng Cho hồn anh ngây ngất Cúi xuống nhìn dòng sông Trong veo đôi mắt ngọc Môi em phơn phớt hồng Còn vương mùi cỏ thơm Cúi xuống dòng sông Anh tìm đời mình trong đó Anh tìm lại tuổi hồng, tuổi hồng dấu yêu Nhưng anh chỉ thấy cô liêu Thấy đời trống không như lời em hẹn ước Cúi xuống, anh cúi xuống dòng sông Bóng em phai mờ Cuộc đời nay đã khác Tiễn em lấy chồng mà tim ta héo khô Cúi xuống nhìn dòng sông Mơ màng dòng Bas - sac Xót xa cho cuộc đời Bao ngày đã héo hắt Cúi xuống nhìn dòng sông Tìm người quên ước thề Nay em đã lấy chồng Đời ta còn gì đâu!

VINH LIEM'S WORKS OF ART AND TECHNICAL

BOOKS PUBLISHED IN VIETNAM

BOOK OF POEMS
1. *'Thơ Vĩnh Liêm'* (Vinh Liem's Poems), written in Vietnamese, published in 1974

BOOKS READY FOR PUBLICATION IN VIETNAM ALL WORKS FELL INTO COMMUNIST HANDS AND WERE DESTROYED

A. BOOKS OF POEMS (1964-1975) written in Vietnamese
1. *'Lời Tự Tình Của Biển'* (The Ocean's Whispering)
2. *'Tự Thú'* (Confession)
3. *'Quê Hương Trong Trái Tim Người'* (The Native Land In One's Heart)
4. *'Cõi Đời Hiu Quạnh'* (The Deserted Life)
5. *'Cát Vàng'* (The Yellow Sands)

B. COLLECTIONS OF SHORT STORIES (1964-1975) written in Vietnamese
1. *'Mùa Xuân Của Nàng'* (The Spring of Her Life)
2. *'Lối Thoát'* (The Way Out)
3. *'Quê Nhà'* (Fatherland)

C. NOVEL (1970-1975) written in Vietnamese
1. *'Gõ Cửa Tình Yêu'* (The First Love)

BOOKS WERE PUBLISHED IN THE UNITED STATES

A. BOOKS OF POEMS
1. *'Tị Nạn Trường Ca,'* Tập I (The Refugee's Lasting Chantey, Vol. I), Vietnamese, published in 1980
2. *'Bi Ca Người Vượt Biển'* (Lament of The Boat People), Vietnamese, published in 1980
3. *'Tị Nạn Trường Ca,'* Tập II (The Refugee's Lasting Chantey, Vol. II), Vietnamese, published in 1982
4. *'Without Beginning Without End,'* poetry, English, published in 2008
5. *'Lament of The Boat People,'* poetry & essays, English & Vietnamese, published in 2008

B. COLLECTION OF SHORT STORIES

1. *'Gã Tị Nạn'* (The Refugee Guy), a collection of short stories, Vietnamese, published in 1986

C. ESSAYS
1. *'Two Faces Of Life,'* English, published in 2008

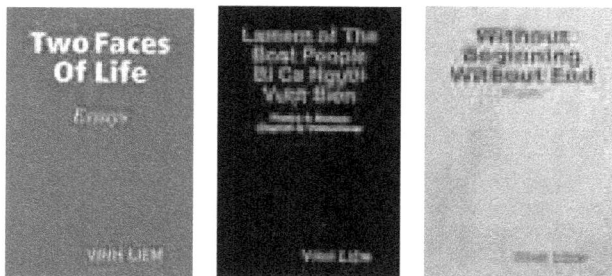

BOOKS READY FOR PUBLICATION

A. BOOKS OF POEMS (in Vietnamese)
1. *'Tị Nạn Trường Ca' Tập III* (The Refugee's Lasting Chantey, Vol. III)
2. *'Tị Nạn Trường Ca' Tập IV* (The Refugee's Lasting Chantey, Vol. IV)
3. *'Tị Nạn Trường Ca' Tập V* (The Refugee's Lasting Chantey, Vol. V)
4. *'Tị Nạn Trường Ca' Tập VI* (The Refugee's Lasting Chantey, Vol. VI)
5. *'Tị Nạn Trường Ca' Tập VII* (The Refugee's Lasting Chantey, Vol. VII)
6. *'Hương Đồng Nội'* (Fragrance)
7. *'Khải Ca'* (Song of Triumph)

B. COLLECTIONS OF SHORT STORIES (in Vietnamese)
1. *'Hạnh Phúc Phía Bên Kia'* (Motherland's Happiness)
2. *'Ngày Xuân Chưa Đủ Ấm'* (The Springtime Without Happiness)
3. *'Hồi Hương'* (Repatriation)

C. MUSIC/SONGS/THEATER (in Vietnamese)
1. *'Thuyền Tình'* (Boat of Love), collection of songs
2. *'Nhất Định Thắng'* (Decided Victory), collection of songs
3. *'Cổ Nhạc Việt Nam'* (Vietnamese Renovated Theater and Traditional Music)

D. LITERATURE (in Vietnamese)
1. *'Vườn Hoa Văn Học'* (Garden of Literature – Vietnamese Writers Overseas: Works and Authors)
2. *'Tha Hương Văn Tập'* (Confidences on the foreign country)
3. *'Hương Sắc Trong Vườn Thơ'* (Fragrance in the Poetry Corner)

E. RELIGION (in Vietnamese)
1. *'Nếp Sống Hòa-Hảo'* (Hoa-Hao Buddhism's Life)

F. POLITICS (in Vietnamese)
1. *'Thế Lực Nào?'* (What's Influence?)
2. *'Tuyển Tập Cán Bộ'* (Political Cadre's Handbook)

G. COLLECTIONS OF ESSAYS (in Vietnamese)
1. *'Chuyện Bên Lề'* (The Sideline's Stories)
2. *'Ngược Gió'* (Up The Wind) – an idle talk
3. *'Mình Ơi!'* (My Dear!) – comic stories

H. BUSINESS, ECONOMICS, & FINANCE (in English)
1. *'Loan Officer's Handbook'*
2. *'Mortgage Processor's Handbook'*
3. *'Dictionary of Real Estate and Mortgage'*
4. *'New Vietnam, Great Opportunities'*
5. *'Real Estate and Mortgage Markets in Vietnam'*

Contact Information:

Email: vinhliem9@aol.com
Home Page: http://vinhliem.tripod.com
1 Applegrath Court
Germantown
Maryland 20876-5613
(U.S.A.)

$15.95 USA / $20.50 CAN

* 9 7 8 0 5 7 8 0 1 2 9 6 4 *